DEVIL'S HEIR

BOOK I

Written By:
REA REYES

DEDICATION

I would like to express my deepest gratitude to my readers for their invaluable support and encouragement throughout the writing of this book.

Thank you so much! 🖤

CONTENTS

TO THE PERSON WHO READ THIS – DON'T STOP CHASING WHAT YOUR HEART DESIRES, UNTIL YOU ARE SATISFIED.

ACKNOWLEDGMENTS

Thank you so much to my editor—Teacher Andrea Estipona, I am grateful to you every day for your invaluable contribution to this project.

Thank you very much! ♥

AUTHOR'S NOTE

I am new to writing novellas and novels, but I assure you that this story will bring a smile to your face. If you have a vivid imagination, this book is perfect for you.

Thank you for your support. 

SYNOPSIS

Aeryn is the child of a powerful demon. She was born without a heartbeat, but still, she continues living. She is cold as ice, numb, and one of a kind in the world of mortals.

Aeryn possesses a strong power that no one can match. However, she struggles to control her power, especially when her heart is not beating. This is what her father fears the most.

Aeryn was born with a curse, a punishment for her father's violation of a forbidden rule in their kingdom. As a result, her mother died.

As she grew up, Aeryn longed for a normal life like other children, especially when she met a boy of her age. Her curiosity was piqued, and she began to question her existence. Due to various incidents in every school she attended, she must move from one school and country to another every year.

One day, her father decided to move to the Philippines, where she could start a new life, attend a new school, and live in a new environment.

Will moving to a new place help her find answers to her questions?

Can she bear the consequence of the curse cast upon her?

How far she can endure her fate?

Is there somebody who can make her heart beat, or will the curse remain attached to her forever?

PROLOGUE

SASAKSAKIN NA SANA AKO ng basag na bote ng isa sa aking mga kamag-aral, subalit tila mayroong malakas na puwersang pumipigil sa kanya. Parehong nanlaki ang mga mata namin ni Kasmeer sa aming nakikita, sapagkat bigla nalang nagpira-piraso ang kapirasong bote na kaniyang hawak.

Kumaripas nang takbo si Kasmeer, at ang tatlo pa nitong kasama habang ako'y naiwang nakatulala. Hindi ako lubos na makapaniwala sa aking nasaksihan.

Samantala, nahagip ng aking mga mata si Aeryn mula sa 'di kalayuan ng aking kinatatayuan. Nasa sulok na bahagi ito ng gym, kung saa'y hindi siya agad mapapansin kung hindi ito pagmamasdan ng mabuti.

Napalunok ako nang makita ko ang mga mata nitong nag-iba ng kulay. Naging kulay asul-berde ang mga iyon. At ang mga buhok niya'y naging kulay puti lahat.

Nagpakulay ba sya ng buhok?

Nakita ko lang sya kaninang itim ang buhok, paanong nangyari 'yun?

Hindi ko alam kung bakit parang awtomatiko akong dinala ng aking mga paa papalapit sa kanya, nang makita ko na para siyang nawawalan nang lakas. Mabilis akong nakalapit rito at nasalo ko naman ito kaagad, bago pa man siya mabuwal sa kaniyang kinatatayuan.

"Aeryn! Wake up!" Kabadong sambit ko habang inuuga-uga ang ulo nito.

Damn it!

Mabilis na kumabog ang aking dibdib nang makita ko itong tuluyan na ngang nawalan ng malay. Luminga-linga muna ako sa paligid upang siguraduhing walang ibang nakakakita sa amin. At nang makatiyak ay mabilis kong hinubad ang suot kong coat upang itakip iyon sa kaniyang ulo. Pakiramdam ko'y parang bigla ako naging malakas, sapagkat nabuhat ko siya nang wala man lang kahirap-hirap.

Dinala ko siya sa parking lot kung saan naroon ang aking sasakyan. Habang buhat ko siya'y nagkakagulo naman ang aming mga kamag-aral, at iba pang mga estudyanteng naroon. Sapagkat nakikiusyoso ang mga ito sa kung ano ang nangyayari. Subalit sinuman sa mga ito'y wala akong pinansin.

Dahan-dahan kong inihiga si Aeryn sa likod ng aking kotse, sa back seat. Kapagkuwa'y, mabilis kong pinatakbo ang sasakyan. Sa sobrang taranta ko'y hindi ko namalayang sa bahay ko pala siya dinala, imbis na dapat ay sa ospital, o kaya nama'y sa sariling klinika nang aming paaralan. Mabilis akong bumaba ng sasakyan at maingat ko siyang inilabas mula roon.

"Aeryn," sambit ko sa pangalan nito.

Napansin kong kulay itim na ulit ang kanyang mga buhok, at mukhang normal na ulit iyon.

What the hell is this?

Hindi ako pwedeng magkamali sa aking mga nakita. Sigurado akong naging kulay puti ang mga buhok niya kanina. Ipinilig ko ang aking ulo, at pilit na iwinawaglit ang mga nasaksihan kong pagbabago sa kaniyang anyo. Sa kabilang banda'y hindi parin mawala ang aking pag-aalala, sapagkat wala parin itong malay.

"Axe," gulat akong napalingon sa aking likuran nang marinig ko ang boses ng aking ina. "What happened? Who is she?" Magkahalong pag-aalala't pagtataka ang tanong na iyon ni Mummy.

"She's my classmate. She suddenly fainted at school Mum, what should I do?" Kabadong baling ko kay Mummy.

"Oh—God! Take her inside," Aniya.

Buhat ko si Aeryn habang inaalalayan naman ako ni Mummy papasok sa aming bahay. Mas lalo akong kinabahan, dahil naramdaman ko ang napakalamig nitong mga kamay.

She looks pale and unresponsive.
Oh—God! No!
Kapag may nangyari sa babaeng ito, humanda talaga sa'kin ang Kasmeer na 'yun.

Nang makarating kami sa guest room ay maingat ko siyang inilapag sa kama, kahit wala parin itong malay. Samantala, pumasok naman si Mummy na may dalang maliit na palanggana't isang puting-bimpo.

Lumapit si Mummy at hinawakan ang mga kamay ni Aeryn na para bang pinapakiramdaman niya kung tumitibok pa ba ang pulso nito.

"Oh my god! She's very cold." Gulat na baling sa akin ni Mummy.

"I-is she d-dead?" Utal at kabadong tanong ko naman.

"I don't know, I think we need to call a doctor." Mayroong pag-aalinlangan at pagtatakang ani Mummy.

Samantala, naupo naman ako sa gilid ng kama mula sa tabi ni Aeryn.

What is happening to you?
Something is not normal.

Kinuha ko ang bimpo, at binasa iyon gamit ang maligamgam na tubig mula sa palanggana na dala ni Mummy kanina. Pinunasan ko ito sa noo habang maingat ko namang dinampian ng bimpo ang kanyang mukha. Natigilan ako nang muli kong mahawakan ang kamay nito. At pakiramdam ko'y parang tinatambol ang aking dibdib sa malakas na kabog niyon.

Bakit ang lamig ng mga kamay nya?
Is it normal?

Sinulyapan ko si Mummy na panay ang pindot sa telepono habang natataranta, sapagkat tila hindi ito makakonekta sa tao na kaniyang tinatawagan. Nang ibaba ko ang aking paningin ay nakita kong nakamulat na ang mga mata ni Aeryn. Napakurap pa ako nang magtama ang aming mga paningin. Normal na ulit ang kulay ng kaniyang mga mata, sapagkat hindi na iyon kulay asul-berde katulad nang nakita ko kanina bago ito mawalan ng malay.

"Mum, she's awake." Tawag pansin ko kay Mummy.

"Oh God! Thank you!" Parang nabunutan nang tinik sa dibdib si Mummy nang makita niyang nagkamalay na nga si Aeryn. "Hija, how is your feeling? May masakit ba sa'yo?" Mayroon parin pag-aalalang tanong ni Mummy.

"Mum, I'm not sure kung nakakaintindi sya ng tagalog." Sabad ko naman.

"I do understand." Kunot-noo akong napatingin kay Aeryn nang marinig ko ang boses nito. "Are you okay?" Seryosong dagdag pa niya habang sa akin nakatuon ang paningin.

Napakunot lalo ang aking noo at may pagtatakang hinarap ito.

Ano't ako 'tong tinatanong nya ngayon kung ayos lang ako?
Napasama kaya ang bagsak nya sa mga bisig ko kanina kaya naalog ang ulo nya?

Napawi ang aking mga iniisip nang mapansin kong matiim na silang nakatingin sa akin ni Mummy. Awtomatiko akong nag-iwas nang paningin sa aking ina.

"Axe, tell me what happened." Maawtoridad na tinig ni Mummy.

Napatayo ako mula sa gilid ng kama na aking kinauupuan.

Pa'no ko ba sasabihin kay Mummy ang mga nangyari kanina?
Pa'no ko ipapaliwanag lahat ng 'yun?

"Someone wants to hurt him." Basag ni Aeryn sa aking pananahimik.

Awtomatiko akong napalingon kay Aeryn, na may halong inis. Nag-iisip palang ako kung paano ko ipapaliwanag kay Mummy ang lahat, subalit inunahan agad ako nitong magsalita.

Aba naman talaga!
Kakaiba rin ang babaeng 'to.

"Who?" Mariing pang-uusisa ni Mummy habang matalim na nakatingin sa akin.

Mariin akong pumikit at bumuntong-hininga bago humarap sa kanya.

"No one can hurt my first born Axeriel, tell me who?" Mahihimigan na ang galit sa tono ng aking ina.

Sinasabi ko na nga ba't magagalit sya agad, kaya naman pinag-iisipan ko pa kung sasabihin ko ba sa kanya ang nangyari sa school o hindi. Ang kaso pinahamak naman ako ng babaeng 'to.
Bakit ba dito ko sya dinala sa bahay?

Mariin na lamang akong napapikit sa kagustuhan kong batukan ang aking sarili. Sinamaan ko muna nang tingin si Aeryn bago ako tumingin ng deretso kay Mummy.

"Mum please don't mind what she is saying. It's okay and nothing happened to me." Nakangiti at kalmadong sinabi ko.

Lumapit ako kay Mummy, and I hugged her from behind. Maliit palang ako ganito na ang ginagawa ko sa tuwing nagagalit siya. Sa ganitong paraan napapakalma ko si Mummy kapag umiinit na ang ulo niya.

"Axeriel, tell me who?" Halatang galit na talaga ito, sapagkat hindi gumana ang paglalambing ko rito.

Muli akong sumulyap kay Aeryn, at mas lalo ko itong sinamaan nang tingin. Ngunit parang balewala lang iyon sa kanya, sapagkat wala man lang itong ibinibigay na reaksyon sa akin.

Manhid! Walang pakiramdam!
Sa loob ng aking isipa'y inis ko nalang itong sinisinghalan.

"Mum, please don't do anything. I swear, I am okay." Pangungumbinsi kong tono.

Narinig kong bumuntong-hininga si Mummy, at kinalas nito ang pagkakayakap ko mula sa kanya. Kapagkuwa'y humarap sa akin. "I don't, just tell me who?" Kalmado nang aniya.

"Kasmeer Soriano." Deretso namang sagot ko.

"Soriano? Is this Philipe Soriano's son?" Kunot-noong tanong ni Mummy.

"Yeah," nawawalang ganang sagot ko.

Sabay kaming napalingon ni Mummy nang bumangon si Aeryn mula sa pagkakahiga nito sa kama.

"Hija, it's okay just rest. Ipapahatid nalang kita mamaya sa driver ko." Seryosong ani Mummy.

Lumapit si Mummy rito't akmang hahawakan ang mga kamay nito, ngunit iniiwas agad iyon ni Aeryn.

"Do you want me to call a doctor for you?" Tanong ni Mummy.

"I'm okay na po," nakayukong aniya. "Thank you, Madam. But I need to go." Dagdag pa nito.

Hindi ko naman naiwasan na mapangiti. Sapagkat sa tuwing naririnig ko itong magsalita ng tagalog ay natutuwa ako sa malambot na accent niya rito. Halatang hindi siya sanay magsalita ng tagalog. At marahil isa iyon sa mga dahilan kung bakit araw-araw nalang itong nabu-bully sa school.

"Are you really okay?" Hindi ko na nga napigilan pa ang hindi sumabad.

Tinanguan nya lamang ako bilang tugon. "Akala ko kanina patay kana, ang lamig mo kasi." Seryosong pagkakasabi ko.

"Sigurado ka bang okay ka lang, Hija?" Muling tanong ng aking ina.

"Alam mo bang hinimatay ka kanina sa school?" Muling sabad ko.

"Mmm..." tipid na sagot naman nito.

Bigla tuloy nabuhay ang aking kuryosidad patungkol sa kaniyang pagkatao. Marami akong gustong itanong sa kanya, ngunit ayukong marinig iyon ni Mummy.

"Mum, I think I need to talk to her." Nakangiting baling ko sa aking ina.

"Oh—okay," napapangiti ani Mummy. "Feel at home, Hija." Nakangiting baling muna ni Mummy kay Aeryn bago kami nito tinalikuran.

Sinundan ko ng tingin palabas nang silid si Mummy, upang siguraduhing hindi nga nito maririnig kung anuman ang aming pag-uusapan.

"Maghahanda ako ng meryenda. Come down when you finish talking." Pahabol pa ni Mummy bago nito tuluyang isinara ang pinto.

Nang mawala na nga ng tuluyan si Mummy sa aking paningin ay hinarap ko naman si Aeryn. Wala man lang mababasa na emosyon sa mukha nito nang mag-angat ito ng paningin sa akin.

Normal lang ba 'yan sa kanya?

Pinag-krus ko ang aking mga braso, kapagkuwa'y sumandal sa ding-ding. "You're the one who did that am I right?" Seryosong panimula ko.

Tiningnan nya lang ako na para bang inaalam kung ano ang laman ng aking isip.

"Was that you? Am I right?" Muli kong tanong nang hindi ko makuha ang sagot na gusto kong marinig mula sa kanya.

"Based from your words, it seems that you saw something." Kalmadong aniya.

"Just answer me with yes or no—that's it," wika ko.

"You don't need to know, please don't ask." Seryoso namang sagot nito.

Napapailing nalang ako habang pinoproseso sa aking utak ang mga taliwas na sagot nito sa aking mga katanungan.

Hindi ko sya maintindihan. Bakit ayaw nyang tanungin ko sya tungkol ro'n? Ang weird nya talaga.

Oo, o hindi lang naman ang isasagot nya sa tanong ko—mahirap ba 'yon?

"Why?" Hindi ko talaga maiwasang mag-usisa, baka sakaling sagutin nya na kung bakit.

"If you try to figure that out, you might die." Walang habas at walang kaabog-abog niyang tinuran.

Napalunok ako sa sinabi niyang iyon. Kinilabutan ako na ultimong maliliit na balahibo sa aking katawa'y nagtayuan. Hindi ako makapaniwala na gano'n lang kabilis para sa kanya sabihin ang mga katagang iyon.

Sino ba talaga ang babaeng 'to?

Bakit ayaw nyang mayroong umaalam sa pagkatao nya?

Ikamamatay ko nga ba talaga 'yun?

Napupuno ang utak ko nang mga samo't-saring katanungan na wala namang tiyak na kasagutan. Gusto ko siyang lubusang makilala, ngunit paano ko gagawin iyon kung siya na mismo ang umiiwas.

Nasasaktan ako sa katotohanang ayaw nya akong papasukin sa kaniyang buhay. Hindi ko alam kung bakit ko ito nararamdaman, na maging sa aking sarili'y hindi ko kayang ipaliwanag.

Gusto ko na ba ang babaeng 'to?

Muling nagtama ang aming mga paningin, at kumabog ng malakas ang aking dibdib sa hindi mapangalanang dahilan. Agad akong umiwas ng paningin sa kanya nang maramdaman kong nag-iinit na ang aking mukha.

Bakit ako naiilang sa t'wing nagtatama ang mga paningin naming dalawa?

Do I really have feelings for her?

No way!

THE BEGINNING

Sa isang mahiwagang kaharian—na hindi nakikita ng mga ordinaryong tao'y mayroon isang makapangyarihang nilalang na naninirahan doon.

Siya ay si Vigor, ang hari sa mundo ng mga imortal na nilalang. Ang lugar na iyo'y masisilayan lamang tuwing gabi, sa kabilugan ng buwan. Bagamat ito raw ang kaharian ng masasamang nilalang, iyon ay taliwas sa kung ano ang sinasabi at iniisip ng mga mortal tungkol roon.

Ang kahariang iyon ay napakaganda kung iyong masisilayan. Mga imortal at espesyal ang mga nilalang doon, kung kaya't masasabing hindi sila katulad ng mga mortal at normal na nilikha. Ang lahi man nila'y naiiba, nagtataglay naman sila ng natatanging pagmamalasakit at pagmamahal sa kalikasan.

Si Vigor ay tagapangalaga ng kagubatang naroon. At tinawag ang lugar na iyon ng mga tao na *Royal Ash Forest*. Dahil iyon ang lugar kung saan sinasanay ang mga dugong-bughaw na matutong humawak ng iba't-ibang sandata. At upang mahubog sila bilang mga magagaling na mandirigma. Sa kabila ng pangalang ibinigay ng mga tao sa pook na iyon ay mayroon din naman itong totoong pangalan na lingid sa kanilang kaalaman.

Sa kagubatang iyon ay mayroong mga naninirahang nilalang na tinatawag na Eire. Ang mga Eire ay imortal na tao. Mayroon silang mga kakaibang kakayahan, at kapangyarihan na hindi kayang tumbasan ng isang ordinaryong tao lamang. Hindi rin sila basta-basta nakikita, o nagpapakita sa mga tao. Mabibilang lamang ang mayroong kakayahan na makita sila. Isa na roon ang mga taong malalakas, at may malinis na kalooban. Gayunpaman mayroon din sa kanila ang namumuhay kagaya ng mga mortal, at nakikipag-salamuha rin sila sa mga ito. Matatalino at madali silang matuto ng mga iba't-ibang salita at kultura ng lugar na nais nilang pamahayan. Kung kaya't hindi mahirap para sa kanila ang maki-salamuha, at mag-anyong normal sa harap ng mga mortal.

Ang anyo ni Vigor ay maihahalintulad sa isang normal na tao. Matangkad, matipuno, at higit sa lahat ay nasa kaniya na ang mga katangiang ninanais ng sinuman. Walang babae ang hindi magkakagusto at maaakit sa taglay nitong kakisigan. Bagamat kakaiba ang kulay ng kanyang mga mata'y lalo lamang iyon nakadaragdag sa kanyang kakisigan. Mayroon itong mala-asul at berdeng kulay na mga mata. Mapupulang mga labi na parang pulang mansanas, at ang balat nito'y napakaputi na animo'y nag-anyong gatas na. Mayroon din itong makakapal at perpektong hugis na mga kilay.

Sa unang pagkakataon ay nagpakita ito sa isang tao. Lagi kasi niya itong nakikita na umiiyak sa tuwing nagpupunta roon. Nararamdaman niya ang hinagpis, lungkot, at pangungulila sa babaeng iyon. Pakiramdam na kailanma'y hindi pa niya nararanasan.

Sa hindi inaasahang pagkakataon ay nakaramdam ng pagmamahal si Vigor, at iyon ang unang beses na tumibok ang kanyang puso para sa isang mortal. Pag-ibig na mahigpit na ipinagbabawal sa kanilang mundo, sapagkat iyon ang magiging mitsa ng kanilang buong lahi.

Noong-una'y tinatarayan at sinusungitan lang siya ng babae, ngunit sa paglipas ng mga araw na lagi itong naroroo'y nagkamabutihan rin sila nito. Ang pangalan nya ay Darlene. Nakuha niya ang loob nito't naging komportable sila sa isa't-isa. Makikita sa kislap ng kanilang mga mata ang labis na kasiyahan sa tuwing sila'y magkasama.

Sa araw-araw na halos sila'y magkasama, nalaman niya ang lahat ng tungkol sa buhay at pamumuhay ng dalaga. Ibinahagi pa nito sa kanya ang lahat nang mga pinagdaanan nito sa buhay. Mula sa pagkamatay ng Kuya nito– maging kung paano naghirap ang kanilang pamilya, dahil sa isang pamilyang kinabangga ng mga ito. Nabanggit din ng dalaga sa kanya ang balak nitong paghihiganti sa mga taong sinasabi niyang kumuha ng lahat sa kanila. Hindi man sang-ayon si Vigor sa paghihiganti na gusto ni Darlene sa mga taong tinutukoy nito'y hindi siya makapagbigay ng komento ukol roon. Bagkus ay nag-iisip rin siya kung paano ito ililigtas at poprotektahan sa madilim na mundong ginagalawan nito.

Isang gabi'y naganap ang hindi inaasahang bagay sa pagitan nila ng dalaga. Nang mga oras na iyo'y naging mapusok sila, at nadala sa bugso nang damdamin na kanilang nararamdaman para sa isa't-isa. Iyon din ang unang-beses na nakaramdam si Vigor ng ganoong pagmamahal na hindi niya sukat-akalaing mangyayari. Pagmamahal na kayang kalimutan ang lahat, makasama lamang ang taong nagpaparamdam sa kanya kung gaano siya kahalaga.

Hindi na naisip ni Vigor ang pagkakaiba ng kanilang mundo, sapagkat ang tanging nasa isip nya lamang ng mga sandaling iyo'y kaya nyang talikuran ang lahat– makasama lang ito sa mundong masaya, at payapa. Batid niyang hindi madali ang tatahakin nilang mundo, subalit handa siyang magtiis para roon—makasama nya lang ang babaeng minamahal.

Walang-araw na hindi sila masaya sa tuwing magkasama. Sa

paglipas nang mga araw ay nagiging mas panatag pa ang loob ng dalaga sa kanya. Hanggang dumating na nga ang araw na ipinagtapat na lahat ni Vigor ang tungkol sa kaniyang pagkatao. Ipinakita niya kay Darlene ang mga bagay na kaya nyang gawin, mga bagay na imposibleng magawa ng isang ordinaryong tao lamang. Natakot ang dalaga sa mga nasaksihan nito, at dahil doo'y wala ni isang salita ang lumabas sa mga labi nito. Tanging takot at pagkabigla ang masisilayan sa mga kilos at galaw ni Darlene.

Sa kabila ng pag-amin na ginawa ni Vigor ay handa na siyang harapin ang mga bagay na posibleng mangyari sa kanilang relasyon. Sa kabila nang pag-aming iyo'y napagtanto niya—na ang matamis at masarap na dulot ng pag-ibig ay unti-unti nang tumatamlay, at pumapait. Sa unang pagkakataon ay ito lang pala ang makakapagparamdam sa kanya ng ganitong sakit. Sakit na hindi niya kayang ipaliwanag kung ano, sapagkat unti-unti no'n kinukurot at dinudurog ang kaniyang puso.

Dinamdam ng labis ni Vigor ang ginawang pagtalikod sa kaniya ng babaeng minamahal. Araw-araw ay naghihintay siya sa pagbabalik ng dalaga, ngunit bigo siya. Sa kabila ng kapighatiang nadarama'y umaasa parin siyang isang araw ay babalik ito sa piling nya. Walang-araw ang lumilipas na hindi siya naghihintay sa kanilang tagpuan, subalit ni anino ng dalaga'y hindi na niya nasisilayan pa roon.

Isang dapit-hapon, mayroong nakita si Vigor na mga nag-aayos sa kagubatan. Napangiti siya nang makita ang mga taong masaya at nagbibiruan, habang nagkakabit ang mga ito ng ilaw sa mga puno na naroon. Ngunit ang mga ngiting iyon ay agad din namang napalitan ng lungkot at kirot sa dibdib—na hindi niya kayang mapangalanan. Marahil iyo'y dahilan ng pangungulila nito sa babaeng iniibig. Isang-buwan nya na kasi itong hindi nasisilayan. At habang lumilipas ang bawat araw at linggo na hindi niya ito nakikita'y unti-unti narin siyang nawawalan ng pag-asang makita pa itong muli.

Ilang-sandali pa'y nakita niyang dumarating ang mga taga-palasyo. Sa mga sandaling iyo'y naging masaya si Vigor, dahil kung tama ang kaniyang iniisip ay makikita nitong muli ang kanyang matalik na kaibigan, na matagal na niyang hindi nakikita. At hindi nga siya nagkamali, dahil pag-sapit ng gabi'y nakita niya si Xena. Sa matagal na panaho'y nasilayan niyang muli ang nag-iisang kaibigan, ngunit hindi para mag-ensayo roon katulad ng nakagawian nito. Gusto nya sanang ibalita sa kaibigan ang biglang pagtibok nang kanyang puso. Maging ang iba pa niyang mga nararamdama'y gusto niyang ibahagi rito. Subalit hindi siya pwedeng magpakita ngayon, dahil marami itong mga kasama na ngayon lang din niya nakita. Nakuntento na lamang siya na kahit paano'y nakita niyang muli ang kaibigan.

Ilang-oras pa ang lumipas ay ikinagulat ni Vigor ang biglang pagsulpot ng babaeng minamahal. Paulit-ulit niyang sinasambit ang pangalan nito sa kanyang isipan. At sa unang pagkakatao'y naramdaman niya ang mainit na pagdaloy ng mga luha sa kanyang pisngi. Inakala ni Vigor na nabago niya ang isip ni Darlene sa paghihiganting ninanais nito. Inakala niyang sapat na ang kanilang pagmamahalan upang iwaglit sa puso nito ang masama niyang binabalak. Lalong nagpapaluha at nagpapasakit sa kaniyang damdamin ang katotohanang hindi niya kayang mamili sa pagitan ng isang matalik na kaibigan, at ng babaeng iniibig. Inisip nalang nitong hindi niya kailangan mamili sa dalawa, sapagkat pareho itong mahalaga para sa kanya. Napagpasyahan nalang niyang gawin ang lahat upang mailigtas ang mga ito sa kapahamakan.

Mahigpit na ipinagbabawal sa mundo ni Vigor ang makialam sa gulo nang mga mortal. Subalit sa sitwasyong iyo'y hindi na nito inisip pa kung ano ang mangyayari sa kaniya pagkatapos. Ang tanging alam lamang nito'y naririto siya sa mundong ito upang tulungan ang mga taong nangangailangan ng kaniyang tulong. Handa na sana siyang gamitin ang kapangyarihang taglay, ngunit sa hindi maipaliwanag na dahila'y mabilis na kumabog ang kaniyang dibdib, at hindi iyon normal sa isang nilalang na katulad niya.

Nabuhay siya ng halos tatlumpung-taon na hindi tumitibok ang kaniyang puso, at iyon ang normal para sa isang Eire na katulad niya. Napahawak ng mahigpit si Vigor sa kanyang dibdib dahil sa kirot na sumisidhi mula roon. Hindi niya maipaliwanag kung bakit ang dating malakas na kapangyariha'y unti-unting nanghihina. Kinakabahan narin sya, bagay na hindi niya dapat nararamdaman bilang isang Hari ng mga Eire.

Matiim itong napatitig kay Darlene, sapagkat mayroon siyang kakaibang puwersang nararamdaman na nanggagaling mula sa dalaga. Malakas iyon, mas malakas kumpara sa kanya at hindi niya mawari kung anong puwersa ang bumabalot rito. Hindi naman kasi ganoon ang kaniyang naramdaman sa presensya nito, noong mga panahong lagi silang magkasama.

Mariing pumikit si Vigor nang makita nitong mayroong papalipad na palaso sa gawi ni Darlene. At sa pagmulat ng kaniyang mga mata'y hawak-hawak na iyon ng mahigpit ni Xena. Sinalo ni Xena ang palaso gamit ang kaliwang-kamay nito. Makikitang gigil na gigil si Xena habang mahigpit nitong hawak ang palasong sana'y tatama kay Darlene. Mula sa kaniyang isipa'y ipinagpasalamat iyon ng malaki ni Vigor sa kaibigan.

Gayunpama'y nagngi-ngitngit na sa galit ang kanyang kalooban, sapagkat mayroon gustong manakit sa babae na kaniyang sinisinta. Sa isang kumpas ng mga daliri ni Vigor ay nawalan nang buhay ang taong nagpalipad sa palasong sana'y tatama sa dalaga. Galit na ang kanyang sistema, at hindi na nya kaya pang kontrolin ang poot na kaniyang nadarama. Sa mga sandaling iyo'y unti-unti nang bumabalik ang taglay na lakas ni Vigor. At sa muling pagpikit ng mga mata nito'y umihip ang napakalakas na hangin sa kagubatang iyon. Sumabay siya sa malakas na ihip ng hangin, at walang habas na inatake ang lahat na gustong manakit sa babaeng minamahal. Ibinuhos ni Vigor ang lahat ng natitira pa niyang lakas upang protektahan si Darlene, at napagtagumpayan niya iyon. Napatumba nito lahat ang mga taong gustong manakit sa dalaga ng walang kahirap-hirap.

Pagkatapos nang kumusyon ay palihim nitong dinampian ng halik sa noo ang dalaga, sa paraang hindi siya nito makikita. Sapagkat nangangamba siyang baka muli itong matakot sa kanya. Sapat na para sa kaniya ang mahagkan ito't masilayan sa huling pagkakataon.

Sa paglipas ng bawat minutong nagdaraa'y unti-unti namang nanghihina si Vigor. Kinakain nang malakas na tibok ng kaniyang puso ang natitira pa nitong lakas. Muling napaluha si Vigor nang maramdaman niyang muli ang malakas na puwersa sa loob ng sistema ni Darlene.

Hindi niya maipaliwanag ang sariling nararamdaman, dahil kung tama ang kaniyang iniisip ay dinadala nito ang bunga ng kanilang pagmamahalan. Sa kabilang-banda'y nalulungkot siya't naghihinagpis, sapagkat batid niyang hindi na niya kailanman makakapiling pa ang kanyang mag-ina. Magkahalong emosyon ang nararamdaman ni Vigor sa mga sandaling iyon, na maging sa sarili'y hindi niya kayang ipaliwanag. Lumuluha siyang bumulong kay Darlene kung gaano nya ito kamahal, kasabay nang unti-unti namang pagkalma ng kapaligiran. At kasabay rin niyon ang pagkawala ng taglay niyang kapangyarihan. Gayunpama'y hindi niya iyon pinagsisisihan. Masaya siyang maglalaho at aalis sa kaniyang mundo nang walang pag-aalinlangan, lalo na't alam niyang mayroon parin magpapatuloy ng kaniyang nasimulan.

Maglalaho-man siya'y mayroong panibagong pag-asa ang sisibol sa binuo niyang daigdig. At magkakaroon ng panibagong alituntunin sa mahigpit na pamamalakad sa pinamumunuan niyang kaharian. Mas malakas, at mas makapangyarihan sa lahi ng buong Eire.

Ibinulong niya sa hangin ang pangalang magpapatuloy sa mundo na kaniyang iiwanan.

Aeryn - Heir to the Throne.
Luna - Eye of the Moon.
Brielle - The Strongest Opponent that Represents the Other World.

Welcome to the World of Eire!

HAPPY READING ❤❤❤

Chapter 1

First Glance

Axe

Natigilan ako nang maramdaman ko ang pagod, sapagkat ang layo na pala ng aking nalalakad. Panay ang paglingon ko sa kung saan, baka sakaling makita ko ulit ang magandang asong nakita ko sa labas ng palasyo.

Sa'n na kaya napunta ang asong 'yun?

Hindi ko namalayang nakarating na pala ako sa kakahuyan, dahil sa paghahanap sa asong iyon.

Buong-paghanga kong pinagmasdan ang bawat puno't mga halamang nahahagip ng aking paningin. Halos taon-taon kami narito sa England, pero ngayon lang ako nakarating sa lugar na ito.

Matutuwa ang kapatid ko 'pag dinala ko sya rito.

Naupo ako sa silong ng isang malaki at mayabong na puno, kapag-kuwa'y sumandal ako roon habang payapa kong pinagmasdan ang bughaw na kalangitan. Nakakapanatag ng loob ang lugar na ito, at ang gaan sa pakiramdam langhapin ang sariwang hangin na humahampas sa aking mukha.

Napalunok ako nang makita ko ang isang aso na masamang nakatitig sa akin, mula sa 'di kalayuan ng aking kinauupuan.

It looks like a Fox with an Aura of a Wolf.
Parang ito na yata ang asong hinahanap ko.

Nakangisi ito na para bang anumang oras ay handa na ako nitong sunggaban at lapain. Dahan-dahan akong napatayo mula sa aking kinauupuan. Kabado man ngunit kailangan kong makaisip nang paraan para maitaboy ang mabangis na asong nasa harapan ko ngayon.

"Ssshhh—calm down, boy." Kalmadong kausap ko sa aso na para bang kaya naman ako nitong intindihin.

Unti-unti kong inihahakbang ang aking mga paa patalikod, at nagbabaka-sakaling sana'y mayroon akong matatakbuhan kapag nagkataong sugurin nga ako nito.

Sa bawat paghakbang na ginagawa ko paatras ay unti-unti naman itong lumalapit sa akin, at sa pagkakataong ito'y isang maling galaw ko lamang ay handa na ako nitong atakihin. Hindi ako nakagalaw nang makita kong nakabuka na ang malaking bibig nito, at sa sobrang lapit nito'y nakikita ko na ang mahahaba at matatalas nitong mga ngipin.

Mummy...
Daddy...

Sa aking isipa'y panay ang tawag ko sa aking ama't-ina, sapagkat wala nang mapaglagyan ang aking kaba. Pakiramdam ko'y mapapatay ako at kakainin ng buhay ng asong aking kaharap. Kapag nangyari iyo'y hindi na ako makikita pa ng aking mga magulang. Napapaluha ako sa nakakatakot na imahinasyong nabubuo sa aking isipan.

Gusto ko ng humiyaw, ngunit hindi ko magawa dahil sa sobrang takot na lumulukob sa aking buong sistema. Napapikit nalang ako nang tumalon na ang aso sa aking kinatatayuan. Sa sobrang bilis ng mga pangyayari'y hindi ko na nagawa pang makatakbo, sapagkat pinanghihina ako ng takot na aking nararamdaman.

"Spike!" Umalingaw-ngaw sa aking pandinig ang boses ng isang batang babae.

Sa mga sandaling iyo'y nabuhayan ako ng loob. Unti-unti kong binuksan ang aking mga mata nang maramdaman kong hindi natuloy ang pagsugod sa akin ng aso. Bigla ito naging maamo nang makita nito ang nagmamay-ari sa tinig. Kumakaway pa ang buntot nito habang papalapit sa amin ang isang batang babae.

Sino naman 'to?
May tao rin pala sa lugar na 'to—na buong akala ko'y wala.
Turista rin kaya sya rito?

Patakbong lumapit ang aso sa batang iyon, habang nakabukas naman ang bisig ng pangalawa na para bang naghihintay sa yakap nito.

Kanina lang ay parang ulol ang asong 'yun sa harapan ko. Dumating lang ang batang 'yun parang naging maamong tupa na 'to. Siguro sya ang may-ari sa asong 'yun.

Pinanood ko ang magandang sandali sa pagitan ng aso at ng

bata. Hinalikan pa nito ang ulo ng aso, habang panay naman ang kaway ng buntot niyon na tila ba tuwang-tuwa sa ginagawa ng bata.

"Behave—okay, humans are not food." Dinig kong pagkausap nito sa aso. "You can't eat them," dagdag pa niya.

What the hell is she saying?

Tumango naman ang aso na para bang naiintindihan nito ang sinasabi ng bata. Tumayo ang bata mula sa bahagyang pagkakaluhod niya at deretsong tumingin sa akin. Napapailing naman ako habang sinasalubong ang mga tingin nitong walang emosyon.

Bakit wala akong makitang reaksyon, o emosyon man lang sa mukha nya?
Cold personality, huh.

Subalit hindi iyon ang nakita ko kanina habang yakap-yakap niya ang kaniyang aso.

Weird...
Sa aso may affection, sa akin wala?
Lahat kaya ng mga babaeng nakakakita sa'kin ay nagiging crush ako. Tapus itong kaharap ko ngayon—tinitingnan lang ako na para bang isa akong walang kwentang bagay.

"Is that your pet?" Basag ko sa katahimikan.

Tumingin muna ito sa asong nasa kaniyang tabi bago muling humarap sa akin. "No, he's my besfriend." Seryosong aniya.

Weird nga...

"Oh... Okay," maikling tugon ko nalang.

"I am sorry for what happened. Did he scare you?" Walang kaemo-emosyong anito, ngunit mukha namang taus sa kanyang loob ang paghingi ng paumanhin.

"A little," pagsisinungaling ko.

Hindi lang kaunting takot ang naramdaman ko kanina, kun'di inakala kong iyon na ang katapusan ng mundo para sa akin.

"Again—I'm sorry," aniya.

"Are you alone?" Pang-iiba ko sa usapan.

"No, I'm with him." Seryosong anito't inginuso pa ang asong panay ang kiskis nang katawan sa kaniyang binti. Napanganga nalang ako sa kaniyang tinuran.

"Pilosopo," naisatinig ko ang dapat ay nasa isip ko lamang.

Titig na titig ito sa akin na para bang kinakabisado ang bawat detalye ng aking mukha, dahilan para makaramdam ako ng pagkailang.

"Why are you staring at me like that?" Nahihiyang tanong ko rito.

"I understand what you are saying. But I can't speak like you," seryosong aniya.

Ikinagulat ko ang sinabi niyang iyon. Agad akong nagbaba ng paningin dahil sa pagkapahiya.

I am so fucked up!

"Next time don't roam around when you're alone," aniya. "Let's go, Spike." Anyaya nito sa asong kasama na agad namang sumunod.

"W-wait," utal na sambit ko.

Walang reaksyon niya akong nilingon.

Napalunok ako ng malalim nang masalubong ko na naman ang malamig nitong mga tingin. Napapatabingi pa ang ulo nito habang napapangusong nakatingin sa akin.

"W-what's your n-name?" Utal na tanong ko.

Hindi ko maintindihan kung bakit ako nauutal, at nagkukusa ang pagkautal na iyon sa akin. Napapailing siya na para bang nag-iisip kung sasabihin ba sa akin ang pangalan nya, o hindi.

Bakit ko pa ba kasi tinanong?
Ano naman ang pa-ke ko sa pangalan nya?
Nahawa agad yata ako sa kawerduhan ng batang 'to.

"It's okay, forget it." Napapahiya namang sinabi ko.

Tinalikuran niya ako at tinahak ang daan kung saan ang dakong palabas ng kakahuyang iyon.

"Huy! Bata!" Sigaw ko rito nang makalayo na ito sa akin.

Napalunok akong muli nang lingunin ako nito na mayroong seryosong mga tingin.

"My name is Aeryn, not bata." Slang pa ang pagkakabigkas niya sa salitang bata na agad ko namang ikinangiti.

Nakagat ko pa ang pang-ibabang labi ko sa pagpipigil na matawa ng malakas.

Aeryn?
Maganda naman pala ang pangalan nya, hindi pa sinabi agad.

Muli niya akong tinalikuran at nagpatuloy sa paglalakad kasama ang alaga niyang aso.

Ay—best friend nya nga pala 'yun.

Hindi mawala ang mga ngiti sa aking labi habang iniisip ang mga sinabi niya kanina. Ang pamimilosopo nito sa akin, at idagdag pa ang pagtawag niya sa kanyang alagang aso na bestfriend. Panay ang aking pagngiti habang nakasunod lang sa kanilang likuran.

Nang makarating sa kalsada'y nakita kong mayroong pumarada na napakagarang sasakyan.

She's rich?

Waaahhh! Mga mayayaman at may sinasabi lamang sa buhay ang may ganoong sasakyan. Ang Rolls-Royce Phantom, the latest piece edition so far.

Mayroong bumaba mula roon na isang lalaking nakapulos-itim na suit, at agaw pansin pa ang kumikinang nitong sapatos. Yumukod muna ito sa batang babae bago niya pinagbuksan ng sasakyan. Nanatili naman akong nakatingin lang hanggang sa makapasok na sila sa loob niyon. Sinundan ko nalang ng tingin ang sasakyan habang tumatakbo ito papalayo sa akin. Kapagkuwa'y kinapa ko ang bulsa ng suot kong pantalon.

Damn!

Sa kakasunod ko sa asong 'yun hindi ko namalayang wala pala akong dalang cellphone.

Mag-uumpisa na sana akong maglakad pauwi nang matanaw ko ang sasakyang bumabalik paatras. Kapagkuwa'y tumigil ito sa tapat ko at ikinagulat ko pa nga ang pagbukas ng bintana niyon.

"Want a ride?" Tanong ni Aeryn sa akin.

Lihim akong napangiti at hindi na nagdalawang isip pa, agad kong tinanggap ang alok niyang iyon. Malayo-layo rin kasi ang palasyo rito, at malapit narin lumubog ang araw. Siguradong lagot na naman ako kay Mummy kung gagabihin ako ng pag-uwi.

Nakakabinging katahimikan ang namutawi sa loob ng sasakyan habang tinatahak namin ang daan papuntang palasyo. Nang makarating kami roo'y ibinaba nila ako sa tapat ng gate. Halos tatlumpung-minuto rin ang aming biyahe, at sa mga sandaling iyo'y hindi ko man lang narinig magsalita si Aeryn.

Inakala kong aandar na ang sasakyan nito papalayo matapos akong maibaba, subalit bumukas muli ang bintana niyon.

"Do not walk in the woods alone. It's not safe there for someone like you," seryosong aniya.

Hindi ko maintindihan ang sarili ko kung bakit ikinatuwa ko ang sinabi niyang iyon.

"Thank you," nakangiting tugon ko na lamang.

Napansin ko na unti-unting tumataas ang bintana ng sasakyan, kaya nama'y ihinarang ko ang aking kanang-kamay upang pigilan iyon sa pagsara. Tiningnan nya lang ako nang deretso, malamig at walang emosyong mababasa mula sa kaniyang mukha.

"Can we meet again?" Deretsong tanong ko.

"I don't think so," mabilis namang sagot niya.

Mayroong kirot sa loob ng aking puso at labis na nalulungkot sa tinuran niyang iyon, ngunit pinilit ko parin ngumiti sa kanya. Mabilis na sumara ang bintana ng sasakyan, at malungkot ko nalang iyong sinundan ng tingin. Malalim akong napabuntong-hininga nang tuluyan na nga itong mawala sa aking paningin.

Why does she act like an adult?

She is weird...

Ang bata-bata pa nya parang ang lalim na ng mga iniisip nya sa buhay.

Kakaiba sya sa mga batang nakikita at nakikilala ko.

Hindi sya magsasalita kung hindi mo uunahan, o tatanungin.

Hindi ba uso sa bahay nila ang magsalita? At kung magsalita nama'y parang tinatamad pa.

Mayroong bagay sa kaniyang mga mata ang hindi ko kayang

pangalanan. Parang binabasa nya muna ang laman ng isip ko bago siya magbibitiw ng salita. At mayroong kakaiba sa kaniya na bumubuhay sa aking kuryosidad.

Sana makita ko pa siyang muli.

When I grow up, I'll find her...

Chapter 2

Encounter

Aeryn

"**Where's Dada?**" Tanong ko kay Ruffer, ang aking butler. Hindi ako nito sinagot, sa halip ay nilingon nya lang ang aking ama at inginuso sa akin. Napabuntong-hininga nalang ako nang makita kong seryoso ito habang mayroong kausap sa telepono.

"He can't take me to school, right? Like he promised." Buong hinanakit kong sinabi.

Tiningnan ako ni Ruffer na may namumuong awa sa kanyang mukha.

"My lady, I am always here. I can take you to school anytime. That is my duty anyway," seryosong anito.

"But he promised me that he would take me to school, since it's my first day here in the Philippines." Bagsak-balikat kong tugon.

"I'm sorry my peanut."

Napalingon ako nang marinig ko ang boses ni Dada mula sa aking likuran.

"My constituent in France suddenly called. I need to be there," dagdag pa niya.

"I see," tipid at walang ganang tugon ko nalang.

"Please forgive Dada—this time." Anito't mayroong paglalambing sa kaniyang tinig.

Bumuga ako ng marahas na hininga bago nagsalita. "Alright, on one condition." Pilyang saad ko.

"What condition?" Seryosong tanong niya.

"You will allow me to be with Spike," masaya kong wika.

Narinig ko ang malalim na buntong-hininga ni Dada bago ito tumugon sa akin. "Okay—but he was only in the car," istriktong aniya.

Kapagkuwa'y hinalikan ko ito sa pisngi at masayang nagmartsa palabas ng mansyon.

"Spike!" Masaya't malakas na tawag ko rito, at masigla naman itong lumapit sa akin.

"Ruffer, keep an eye on her." Dinig kong pahabol ng aking ama.

"Yes, my lord," mabilis namang tugon ni Ruffer.

Pinagbuksan ako ni Ruffer ng sasakyan at agad naman kaming pumasok roon ni Spike.

Habang nasa daan ay hindi ko maiwasang mamangha, sapagkat kakaiba ang lugar na ito sa mga rehiyon na aking narating at napuntahan. Pakiramdam ko'y punong-puno ng pagmamahal sa pook na ito—bagay na gusto ko rin maramdaman.

Bigla akong nalungkot nang makita ko ang isang pamilya na masayang kumakain at magkakasama. Bigla'y nakaramdam ako ng inggit na minsa'y hindi ko pa nararamdaman sa aking buong-buhay.

Gusto ko rin maramdaman ang pagmamahal ng isang ina. Kung paano bihisan, ipagluto, at asikasuhin ng isang nanay. Higit sa lahat iyong mayroong magpapagaan ng aking nararamdaman sa tuwing ako'y nalulungkot. At yayakap sa akin sa mga oras na ako'y naiiyak. Gusto ko rin ang mayroong tatawagin na Mama, Mummy, o kung ano pa man ang tawag sa kanilang salita.

'Yong pwede kong tawagin pag-uwi ko ng bahay, at mapag-susumbungan kung mayroong nang-aaway sa akin sa eskuwela. At pinakahigit sa lahat iyong may taong makakaintindi sa aking nararamdaman, at pinagdaraanan sa araw-araw bilang isang babae. Sa tuwing gusto kong pag-usapan ang tungkol sa aking ina'y lagi nalang iniiba ni Dada ang paksa ng usapan.

"My lady, we're here." Tinig ni Ruffer na gumising sa naglalakbay kong diwa.

Napabalikwas ako mula sa aking kinauupuan nang mapansin ko ang oras sa suot kong relos.

Quarter to eight na?
First day of school, late ako!

Nagmamadali kong binuksan ang sasakyan at patakbong lumabas roon. Natigilan ako nang maramdaman kong nakasunod agad sa akin si Ruffer.

Nakasimangot ko itong nilingon. "Stay in the car, look after Spike." Maawtoridad kong sinabi.

"But my la—" Hindi na nito naituloy pa ang kaniyang sinasabi, dahil patakbo akong pumasok sa tarangkahan ng paaralan.

Nang mahanap at makarating sa aking silid-arala'y natigilan ako, sapagkat mayroon biglang tumigil mula sa aking harapan at sa mismong daraanan ko pa talaga iyon bumalandra.

"Aeryn Luna Hill." Tawag ng guro sa aking pangalan mula sa loob ng silid.

Hinawi ko ang lalake na nasa aking harapan at mabilis na pumasok sa silid-aralan.

"Present Ms.," nakayuko kong sinabi.

Ramdam ko ang impit na tawanan ng aking mga magiging kamag-aral, at gayon din ang matalim na tingin sa akin ng aming guro.

"First day of school, you're late?" Mataray na anang guro.

"Baka naglakad lang sya, Ma'am." Anang isang babae habang nakangising nakatingin sa akin.

"Just look for a vacant chair where you can sit." Masungit na baling sa akin ng guro.

Mabilis ko namang tinungo ang upuan at umupo sa bakanteng naroon sa pinakagitna.

"Axeriel Xavier Del Farro." Tawag ng guro sa isa pang pangalan.

"I'm here, Ma'am." Tinig ng isang lalake mula sa pintuan ng aming silid-aralan.

Matamis na ngiti ang ibinungad nito sa aming guro. Samantala, mabilis akong nagbaba nang aking paningin, sapagkat napansin kong sumulyap ito sa akin.

"You are also late! Hindi porque anak ka ng may-ari ng school na 'to ay kukunsintihin na kita, Mr. Del Farro." Seryosong anang guro. "You may take your seat. At dahil may late sa inyo sa unang araw ng klase magbibigay ako ng quiz ngayong araw." Mataray na dagdag pa ng guro.

Pagkarinig ko sa sinabing iyon ng aming guro'y binuksan ko agad ang aking bag. Kapagkuwa'y inilabas ko roon ang ballpen, kuwaderno, at papel. Ramdam ko ang maiinit at matatalim na tingin sa akin ng aking mga kamag-aral, maliban sa isa. Napalingon ako sa aking gilid nang makita kung sino ang lalake na aking katabi. Ito ang halos kasabay ko rin dumating nang huli.

"You're new here?" Magiliw na tanong nito.

Tumango lamang ako bilang tugon.

Napatingin ako sa harapan nang tuktukin ng aming guro ang

kaniyang mesa upang kunin ang aming atensyon.

"Before I give the quiz, please introduce yourself first—Ms. Hill." Deretsong baling sa akin ng guro.

Agad naman akong tumayo at pumunta sa unahan. "I'm Aeryn Luna Hill, from Britain—16 years old," panimula ko.

"Sa Britain ka pala nanggaling? Bakit mas pinili mong dito mag-aral?" Seryosong tanong ng guro.

"It is a personal matter Ms., and your class will last longer if I explain why." Seryoso ko namang sagot.

Nagtawanan ang lahat, maliban sa isa na pangiti-ngiti lang habang seryosong nakatingin sa akin.

"Class quiet!" Galit na sigaw ng guro.

Pinasadahan ako nito ng tingin mula ulo hanggang paa, at deretsong tumingin sa aking mga mata. "All of you will receive a passing score for this quiz, only if your new classmate will be able to answer all the questions correctly." Mataray na aniya.

"Buti nga sa kanya, kabago-bago nagyayabang agad." Bulong naman ng isa sa aking mga kamag-aral.

"Ms. Hill, can you give me the three main branches of Sciences?" Panimulang tanong ng guro.

"Physical Science, Earth Science, and Life Science, Ms." Deretso at kampanteng sagot ko.

"Good, now can you explain to us what is Physical Science?" Muling tanong nito.

"Physical Sciences are those disciplines that study natural sciences, dealing with nonliving materials. Wherein the areas of coverage includes physics, chemistry, earth science, geology, space science, astronomy, and materials science." Buntong-hiningang sagot ko.

Napansin ko ang pagkamangha sa mata ng aming guro, ngunit agad din naman iyong naglaho.

"And what about Earth Science?" Tanong nitong muli.

"The branch of science dealing with the physical constitution of the earth and its atmosphere." Tinatamad ko nang sagot.

Natahimik bigla sa kanilang pagbubulungan ang aking mga kamag-aral. Samantalang titig na titig parin sa akin ang lalakeng nakasabay ko kanina, at seatmate ko na ngayon.

"Life Science?" Dagdag tanong ng guro habang hindi inaalis sa akin ang kaniyang paningin.

"Life Science is concerned with the study of living organisms, including biology, botany, zoology, microbiology, physiology, biochemistry, and related subjects." Matamlay kong sagot.

Pagkatapos sumagot ay pinakawalan ko ang isang malalim na hininga. Hindi ko naiwasang mapabuntong-hininga dahil sa pagkabagot na aking nararamdaman.

Samantala, agaw pansin naman ang malakas na palakpak ng guro.

"Kung ganyan ba naman lahat ng ma-le-late sa klase ko ay okay lang," natatawang anito. "Go back to your seat Ms. Hill. From now on just call me Ma'am," nakangiting baling pa nito sa akin.

Agad ko namang tinungo ang aking upuan.

"By the way class, I'm Mrs. Zenaida Lopez, ang inyong magiging guro sa Chemistry." Pagpapakilala nito. "Aasahan kong hindi lang sa kalokohan kayo magagaling, kun'di pati narin klase ko." Istriktong dagdag pa ng guro.

Pagkatapos ng discussion sa Chemistry ay isa pang guro ang dumating para sa second subject na Mathematics. At pagkatapos naman ng discussion sa subject na iyo'y oras na para sa aming lunch break.

Pababa na ako sa canteen nang bigla'y binangga ako ng isang grupo nang mga kababaihang estudyante. At kung hindi ako nagkakamali'y isa sa kanila ang kamag-aral kong masama na ang tingin sa akin, simula pa kanina bago mag-umpisa ang klase.

"Hindi porque nasagot mo lahat ng tama ang tanong ni Mrs. Lopez kanina—ay in kana sa school na 'to." Taas kilay niyang sinabi. "You're just a piece of junk, weirdo!" Gigil na dagdag nito, at dinuro-duro pa ako sa noo.

Huminga ako ng malalim at kinalma ang aking sarili. Tinabig ko ang hintuturo nitong nakaduro parin sa akin. Akma ko na silang tatalikuran, ngunit hindi pa man ako nakakahakbang ay mayroon ng humawak sa aking braso. Mahinahon ko itong nilingon, ngunit sarkastiko itong ngumisi sa akin habang mahigpit nitong hawak ang aking kaliwang-braso.

"Akala mo basta mo nalang kami matatalikuran?" Anito habang natatawa pa sa sarili niyang sinabi.

Isa-isa ko silang tiningnan mula ulo hanggang paa. At kung pagbabasehan ko ang uri ng kanilang ayos at pananamit ay masasabi kong galing sila sa maayos na pamilya, ngunit hindi masaya.

Nilingon ko ang estudyanteng mahigpit parin nakahawak sa aking braso. "What do you want?" Seryoso at kalmadong tanong ko habang deretsong nakatingin rito.

Napapikit ako nang magsimula silang magtawanan. Muli akong huminga ng malalim at pilit na ikinakalma ang aking sarili. Nangako kasi ako kay Dada na hindi na mauulit ang mga nangyari noon.

"Diane! Lubayan nyo nga sya!" Sigaw ng bago namang dating na estudyanteng babae.

Patakbo at humahangos itong lumapit sa amin.

"Wag ka ngang mangialam dito Hillary. Isa ka pang weirdo!" Singhal naman ng tinawag nitong Diane.

"Ano bang nakukuha nyo 'pag may binu-bully kayo, ha? Nakakita na naman kayo ng bago nyong prospect." Galit na anang

Hillary sa kausap.

"Umalis kana nga dito, kung ayaw mong madamay!" Pabulyaw namang tugon ng Diane.

"Tigilan nyo na 'to—please lang," nakikiusap na ani Hillary.

"Alis nga dyan!" Singhal na muli ni Dianne sa kausap.

Itinulak nito ng malakas si Hillary, ngunit bago pa man ito bumagsak sa semento'y nahawakan ko na ang dulo ng uniporme nito, upang hindi ito tuluyang bumagsak.

"Okay ka lang?" Tanong ko rito nang mag-angat ito ng paningin sa akin.

Tumango lang ito sa akin bilang tugon, habang bakas sa mga mata nito ang takot sa grupong nasa harapan namin ngayon.

Hinila ko ang aking braso sa babaeng hindi parin inaalis ang pagkakahawak sa akin. Kapagkuwa'y inalalayan kong makatayo ng maayos si Hillary.

"T-thank you," utal na aniya.

Tiningnan ako ng masama ni Diane at bahagya pa itong lumapit sa aking kinatatayuan. "Palalampasin kita ngayon, pero sa susunod na makasalubong kita hinding-hindi kana makakatakas pa sa'kin." Nakangising anito.

"It's okay, I'll never run away." Mahinahong tugon ko.

Nakita kong nag-igting ang panga nito at kumuyom pa ang isa nitong kamao.

"Ow... Marunong karin naman palang sumagot." Natatawang aniya, ngunit hindi maikakaila ang panggigigil nito sa akin.

"Diane, ano ba tama na." Muling awat ni Hillary rito.

"Sino ka ba sa akala mo ha? Baka nga isa ka lang trying hard na gustong mapabilang sa school na 'to." Muling baling sa akin ni Diane.

"Why you're so angry, then? Ikaw ba may-ari ng school na 'to?" Seryoso namang tanong ko.

Nanlisik ang mga mata nito sa galit nang marinig ang sinabi kong iyon.

"I'm the owner," tinig ng isang lalake mula sa aming likuran.

"A-axe," utal na sambit ni Diane, habang ang kaninang galit na tinig nito'y napalitan nang pag-aalala.

Nilingon ko ang pinanggalingan ng tinig na iyon. Napakurap ako nang makita ko ang lalakeng seatmate ko, na halos kasabay kong dumating ng paaralan kanina lamang. Labis kong ipinagtataka ang paraan ng pagngiti nito sa akin.

Kilala nya kaya ako?

"Don't make any scene right in front of me, Diane." Baling nito sa babae sa malumanay na tinig.

"S-sorry," utal namang tugon ni Diane habang nakayuko.

"Tara na sa canteen, thirty minutes lang ang break natin." Bulong naman sa akin ni Hillary.

Tinalikuran namin silang lahat na para bang walang nangyari, at naglakad kaming magkasama ni Hillary patungong canteen.

"Ayus huh! Hindi man lang ba kayo magpapasalamat sa'kin?" Pahabol na tinig ng tinatawag nila sa pangalang Axe.

Kapagkuwa'y sabay namin itong nilingon ni Hillary.

"Thank you, Axe." Nakangiting ani Hillary.

Sa halip na tingnan ang nagpasalamat na si Hillary, ay sa akin ito deretsong nakatingin habang nakangiti parin.

Bakit ba kanina pa 'to ngiti ng ngiti sa'kin?
Weirdo...

Sa halip na magpasalamat katulad ng ginawa ni Hillary, ay tinalikuran ko lamang ito't nagpatuloy nalang sa paglalakad patungong canteen. Agad namang sumunod sa akin si Hillary.

"Ganyan ka ba talaga? Parang nasa mood mo lang ang magsalita?" Seryosong tanong nito.

Hindi ko nalang ito pinansin, bagkus ay deretso akong pumasok sa loob ng canteen.

"Ako nga pala si Hillary Perez, we're classmates." Nahihiyang aniya habang nakasunod parin sa akin.

Bumili ako ng sandwich at tubig, dahil iyon nalang ang aking kakainin ngayong araw. Sapagkat kaunting minuto nalang ang natitira para sa aming lunch break. Pinili ko ang upuan na mas malapit sa exit door upang mabilis akong makalabas pagkatapos kong kumain. Natigilan ako nang umupo si Hillary sa aking harapan, at nakangiti pa itong nag-angat ng paningin sa akin.

"Don't put yourself in trouble with someone you do not know." Mahinahon kong sinabi.

"Pero—" nakangusong aniya habang nakatingin sa sandwich na kaniyang hawak. "Sorry," malungkot niyang dugtong.

Bigla akong nakaramdam nang konsensya, dahil sa halip na magpasalamat ay lumalabas pang tinatarayan ko ito. Hindi lang talaga ako sanay na mayroong ibang kasama, at mas komportable pa akong mag-isa. Minsan mas gusto ko pang si Spike lang ang aking kasama kaysa ibang tao.

"Wag ka ng malungkot, salamat nga pala kanina." Sa wakas ay naisatinig ko rin ang mga salitang iyon.

Masigla itong nag-angat ng paningin sa akin. "Wala 'yon, next time 'wag mo nalang silang papansinin." Nakangiting aniya.

Kumagat ako sa sandwich at nagpatuloy nalang sa pagkain. Napabuga ako ng marahas na hininga habang ngumunguya.

Bakit ba lagi nalang akong napag-iinitan ng mga nagiging kaklase ko?

Pare-pareho lang naman kaming nandito upang matuto.

Kakaiba nga ba talaga ako sa kanila?

Mali nga kaya akong piliin ang mamuhay ng normal kasama nila?

Pakiramdam ko ang hirap mamuhay ng pantay, at patas sa mundong ito...

Chapter 3

Admiration

Axe

Pambihirang babae...

Napapailing akong nakatanaw sa kanila habang papalayo. Ikinagulat ko nang mayroon tumapik sa aking balikat, kunot-noo ko naman iyong nilingon. "O—an'yare sa'yo?" Natatawang tanong ng bestfriend kong si Cree.

"Wala," iritadong tugon ko naman.

"Anong wala? Nakita ko 'yun, loko." Anito sabay tuktok sa aking ulohan.

Inambaan ko ito ng ganti, ngunit mabilis itong nakaiwas habang siya'y natatawa.

"Type mo nu?" Pang-aasar nito sa akin.

"Tss!" Siring ko sa kanya.

"Okay lang 'yan, balang-araw matatanggap mo rin sa sarili mo na type mo 'yun." Anito sabay tawa pa ng malakas.

"Abnormal!" Singhal ko't tinalikuran nalang ito upang bumalik na sa aming classroom.

"Huy! Para nagbibiro lang e," habol naman nito sa akin.

Nang makarating kami ni Cree sa aming silid-arala'y ikinagulat ko pa nang makita kong nakaupo na si Aeryn, habang panatag na nagbabasa ng libro.

Saan dumaan ang babaeng 'to?
Ang bilis naman yata nyang kumain.

Kagat-labi at dahan-dahan akong umupo sa kaniyang tabi, ni hindi man lang ako nito tiningnan. Nakapandekwatrong pambabae pa ito habang seryosong nakatingin sa libro na kaniyang hawak. Pinahaba ko ang aking leeg upang dungawin ang libro, nang sa gayo'y makita ko kung ano ang binabasa niya roon. Subalit napaiktad ako ng biglang tumikhim si Cree, na nakaupo naman mula sa aking likuran. Nilingon ko ito't pinanlakihan ng mga mata, ngunit ikinadismaya kong makita itong nakangisi sa akin at nag-uumpisa na namang mang-asar.

Maloko talaga 'tong kaibigan ko, mapang-asar lagi.

Muli akong lumingon kay Aeryn at napalunok ako nang makita kong deretso na itong nakatingin sa akin, habang hawak parin ang libro. Nakahinga lang ako ng maluwang nang dumating na ang aming guro para sa Filipino subject.

Hindi ko maintindihan ang sarili ko kung bakit panay ang pagsulyap ko kay Aeryn. May kung ano sa loob ko na parang nakita ko na talaga siya, hindi ko nga lang matandaan kung kailan, at saan.

"Mr. Del Farro," tawag pansin sa akin ng aming guro.

"Yes, Sir—" gulat na tugon ko naman.

"Are you with us? Naiintindihan mo ba ang tinuturo ko ngayon, habang panay ang tingin mo diyan sa katabi mo?" Seryosong ani Mr. Lavato, ang aming guro sa Filipino.

Nagtawanan ang ilan sa aking mga kaklase, ngunit ang lalong nakakairita'y ang malakas na pagtawa ng bestfriend kong si Cree, at dumadagundong pa iyon sa aking pandinig.

"Quit!" Inis na wika ni Mr. Lavato, habang iniisa-isa nitong tingnan ang lahat. "Bukas maghanda kayo sa pagsusulit na ibibigay ko." Anito sabay bitbit sa kaniyang mga gamit, at lumabas nang silid.

Pagsusulit?
Anong pagsusulit?

Napailing ako habang napapakamot sa sarili kong ulo. Halos wala akong naintindihan sa itinuro ni Sir ngayon, dahil para akong lutang sa kawalan habang nagtuturo ito kanina.

"Read this," ani Aeryn habang iniaabot sa akin ang libro na kaniyang hawak.

"B-but," nahihiya ko namang tingin rito.

"Kung ayaw mong ma-zero sa exam ni Sir bukas, babasahin mo 'to. Pero kung gusto mo namang wala kang maisagot, okay." Aniya na akmang ibabalik ang libro sa loob ng kaniyang bag.

Hinablot ko iyon sa kaniyang kamay, at mabilis na ipinasok sa loob ng sarili kong bag. "Thank you, ibabalik ko nalang bukas." Nahihiya ko pang sinabi.

Tumango lang siya, kapagkuwa'y nag-iwas ng tingin sa akin.

Nilingon ko si Cree na panay ang kalabit mula sa aking likuran. "What?" Inis kong baling rito.

"Ito naman—parang laging aburido," natatawang aniya.

"Bakit ba?" Siring ko.

"Pahiram din ako pagkatapos mong basahin," nakangisi pang aniya.

"Bumili ka ng sarili mong libro," seryoso kong tinuran.

"Sus! Pinahiram lang din naman 'yan sa'yo, madamot!" Siring din nito sa akin.

Natigilan kaming magkaibigan nang lumapit si Hillary kay Aeryn. "Aeryn, sabay na tayo mamaya paglabas ng school ah—" nakangiting anito.

Tumango lang naman si Aeryn bilang pag sang-ayon sa iminungkahi nito.

Kailan pa sila naging close?

Ilang-subjects pa ang nagdaan hanggang sa sumapit na ang uwian. May kung ano sa akin na gusto kong itanong kay Aeryn kung may service ba ito pauwi. Ngunit tila mayroong bagay ang nakabara sa aking lalamunan, at hindi ko iyon magawang isatinig.

"Huy! Ano na? Hindi ka pa ba uuwi?" Pukaw ni Cree sa tila natutulog kong sistema.

"Let's go," sabi ko't sabay bitbit sa aking bag.

Natanaw kong magkasamang naglalakad sa hallway sina Aeryn at Hillary. Binilisan ko ng kaunti ang aking paglalakad upang maabutan ko sila. Laking gulat ko nang bigla'y mayroong lumipad na isang malaking tipak nang bato sa gawi ni Aeryn. Sisigaw na sana ako upang alarmahin sila, ngunit nakita ko kung paano iyong sinalo ni Aeryn, gamit ang isang kamay lamang nang hindi man lang iyon tinitingnan. Patuloy lang ang pag-uusap nila ni Hillary na pawang walang nangyari.

"Holy cow!" Bulalas ni Cree mula sa aking tabi, sapagkat maging ito'y nasaksihan din ang pangyayaring iyon. "Ang angas naman pala ng crush mo uh," natatawa pang aniya.

Binatukan ko ito ng malakas na ikinagulat naman niya. "Anong crush? Sinong crush? Ha?" Kunot-noong baling ko rito.

"Aray ha! At nananakit kana ngayon." Baling naman nito sa akin. "Girls! Wait!" Tawag pansin nito sa dalawa, na agad naman nilang ikinalingon sa amin.

Babatukan ko sana ulit si Cree, ngunit patakbo itong lumapit sa dalawa—kaya nama'y naiwan nalang sa ere ang aking kamay.

Abnoy talaga amf!

"Sa parking lot din ba ang punta nyo? Pwede makisabay?" Magiliw na tanong ni Cree sa mga ito.

"Hindi eh, nasa labas na kasi ang sundo ko." Sagot ni Hillary.

"Gano'n ba, e—ikaw?" Baling naman ni Cree kay Aeryn.

Inilang-hakbang ko ang pagitan sa kanila, sapagkat interesado akong marinig ang isasagot nito sa tanong na iyon ni Cree.

"Me too," tipid namang sagot ni Aeryn.

Lumaylay ang dalawang balikat ko sa aking narinig, sapagkat hindi iyon ang inaasahan kong isasagot niya.

"Sige girls, mag-iingat kayo." Nakangiting ani Cree sa mga ito.

"Kayo rin—thank you," ani Hillary.

"Sandali lang," pigil ko naman sa mga ito.

"Pa'no mo nalaman na may batong paparating sa gawi mo?" Hindi ko na nga napigilan pang itanong iyon kay Aeryn.

"A-anong bato?" Nagtataka namang tanong ni Hillary.

Sa bilis ng pangyayari'y tila hindi yata iyon napansin ni Hillary, sapagkat abala silang nag-uusap ni Aeryn ng mangyari iyon.

"Instinct?" Tipid parin na sagot ni Aeryn.

"Nakita mo ba kung sinong may gawa no'n?" Pang-uusisa ko.

"Sa dami nang may ayaw sa'kin dito sa school nyo, mukhang

mahihirapan akong tukuyin kung sino." Malamig na aniya.

"Ipaalam natin sa Dean," mungkahi naman ni Cree.

"Hindi naman natin nakita kung sino. Anong sasabihin natin sa Dean?" Ani Aeryn.

"Okay ka lang ba?" Nag-aalalang baling ni Hillary kay Aeryn.

"Don't mind me, I'm fine." Mahinahon namang tugon ni Aeryn.

Napabuntong-hininga nalang si Hillary sa tinuran ng isa.

"First day of school, nabu-bully kana agad. Tsk! Tsk!" Napapailing na ani Cree.

"Okay lang, sanay na 'ko. I can manage." Wala man lang pag-aalala sa mukha nito nang sabihin iyon.

Hindi ko malaman kung nagyayabang ba siya o ano, sapagkat hindi ko mabasa ang emosyon nito. At lalong hindi ko ito makitaan ng takot, o ano pa mang reaksyon na dapat ay mayroon sa ganoong sitwasyon.

"I need to go." Ani Aeryn sabay talikod sa amin, na agad naman sinundan ni Hillary.

"Tara na," ani Cree ngunit hindi ako gumalaw mula sa aking kinatatayuan.

"Sundan natin sila," seryosong mungkahi ko.

"Ano? Bakit?" Buong pagtatakang bulalas sa akin ni Cree.

"Basta," matipid kong tugon.

"Lakas ng tama mo Bro," napapakamot sa ulong aniya.

Hindi ko na pinansin pa si Cree, basta sinundan ko nalang sila Aeryn. Nang makarating sa gate ng school ay nakita kong sumakay agad nang sasakyan si Hillary. Kumaway pa muna ito kay Aeryn bago tuluyang umalis. Napakunot naman ang aking noo nang mapansin ko si Aeryn—na patuloy lang sa kaniyang paglalakad, 'di kalayuan mula sa gate ng aming paaralan.

"Akala ko ba may sundo sya?" Nagtataka namang ani Cree.

Nagpatuloy kami sa pagsunod rito, hanggang sa makita ko ang

isang lalake na lumabas mula sa isang itim na sasakyan. Nakapulos-itim na suit ito't naka-shade pa nang pagka itim-itim, na halos hindi mo na maaninag ang mga mata nito.

"Bodyguard?" Nagtatakang tanong parin ni Cree.

"I don't know, bakit ako ang tinatanong mo?" Bahagyang siring ko sa kaniya.

"Bro," tawag pansin nito sa akin.

"O..." tipid ko namang tugon.

Kunot na kunot ang noo ko habang nakatingin parin sa gawi ni Aeryn. Nakita kong yumukod muna ang lalake bago nito pinagbuksan nang sasakyan ang isa.

"May sapi ka ba?" Seryosong tanong ni Cree.

"What the? What kind of question is that Creezando?" Buong sungit kong lingon rito.

"Ang sungit-sungit mo kasi ngayon," natatawa niyang sinabi.

Bahagya ko itong binatukan dahil sa kanyang tinuran. "Aray talaga ha! Pangalawa na 'yan. 'Pag pumangatlo ka pa, gulpi kana talaga sa'kin," nakangising aniya.

"Shut up Cree!" natatawa narin akong bumaling rito.

Kapagkuwa'y muli kong tinanaw ang sinakyan ni Aeryn.

Sino ba talaga ang babaeng 'to?

Kung titingnan ang lalake na kasama nito'y mukha ngang bodyguard niya iyon. Dahil hindi naman siguro mag-aabala ang taong iyon na ipagbukas pa ng pintuan nang sasakyan si Aeryn, gayong kaya naman niya itong gawin.

Pero bakit sa labas ng school sya naghihintay? At medyo may kalayuan pa.

Sabay pa kaming nagulat ni Cree, nang biglang umandar ang sasakyan at tumigil ito mula sa tabi ng aming kinaroroonan. Bumukas ang bintana sa likod niyon at nagtama ang mga paningin namin ni Aeryn.

"Bakit nyo 'ko sinusundan?" Seryosong tanong niya.

Napalunok ako sa kawalan ng isasagot.

"Ano kasi..." hindi ko maituloy ang gusto kong sabihin. Sapagkat nangangapa ako sa sulok ng aking utak kung ano ang dapat kong isagot sa kanya.

"A—kasi sinisigurado lang nya na makakauwi ka ng safe." Sabad naman ni Cree.

Pinandilatan ko ito ng mga mata, subalit ngumiti lang ito sa akin na parang asong nauulol.

"I am fine, hindi nyo 'ko kailangang sundan." Deretsong ani Aeryn habang sa akin nakatuon ang paningin.

Magsasalita na sana ako nang biglang sumara ang bintana, at mabilis na tumakbo ang sasakyan papalayo sa amin.

"Mukhang maraming pagtitiis pa ang kakailanganin mo Bro, bago mo mapaamo ang babaeng 'yun." Ani Cree at nakapamewang pa talaga ang loko.

"Ano bang pinagsasabi mo dyan?" Singhal ko na naman rito.

"Na hindi sya basta-bastang babae lang," deretsong tugon nito.

"Siraulo! Tara na nga!"

Nagpatiuna ako sa paglalakad papunta sa aming sasakyan kung saan ito naka-park, habang pahabol naman nakasunod sa akin si Cree.

Parang nakita ko narin ang lalakeng 'yun, hindi ko nga lang matandaan kung saan.

Saan nga ba???

Napapakamot ako sa sarili kong ulo habang pilit na inaalala ang kanilang mga mukha.

Habang nagmamaneho pauwi, walang ibang laman ang isip ko kun'di sila. Parang nakita ko na talaga sila sa kung saan, subalit hindi ko iyon lubusang matiyak.

Badtrip!

Bakit wala akong maalala?

Nang magtama ang aming mga mata ni Aeryn, alam kong nakita ko na ang mga matang iyon.

Chapter 4

Connection

Axe

<u>KINABUKASAN</u>

"**Axeriel, wake up.** You are getting late." Nagising ako sa malamyos na tinig ni Mummy.

Napabalikwas ako nang makita ko ang maliit na orasan na nakapatong sa aking bedside table.

Seven thirty na nang umaga.
Late na naman ako...

"Ano bang ginawa mo kagabi, at late kana yata nakatulog?" Pang-uusisa ni Mummy.

"Nag-review po kasi ako para sa subject na Filipino," mabilis ko namang tugon.

Nagmamadali akong tumayo at deretsong tinungo ang bathroom.

"Hanggang ngayon ba naman nahihirapan ka parin sa subject na 'yan?" natatawang ani Mummy.

"We'll talk later mum, late na naman ako." Nakangiting wika ko sabay sarado sa pintuan ng banyo.

"Okay, after mo diyan bumaba ka kaagad. Kanina pa nakahanda ang almusal." Pahabol pa ng aking ina.

Nagmamadali akong maligo dahil sa paghahabol sa oras.

Lagot na naman ako nito kay Mrs. Lopez
Paniguradong magtataray na naman sa'kin 'yun.

Mabilis kong natapos ang paliligo, at halos matisod na ako sa pagmamadali papuntang walk-in-closet. Nang makapagbihis ay nagwisik ako ng pabango, sabay hablot sa aking bag at patakbong lumabas ng kuwarto. Nasa kalagitnaan na ako ng hagdan pababa, nang maalala kong ipinatong ko pala sa bedside table ang librong pinahiram sa akin ni Aeryn kahapon. Dahil roo'y napuyat ako't nakatulugan ko pa nga ang pagbabasa niyon. Pakiramdam ko'y sumakit ang aking ulo, dahil sa malalalim na salitang nakapaloob sa librong iyon. Patakbo akong bumalik sa kuwarto upang kunin ito.

Nang makababa'y dumeretso ako sa kitchen, at kumuha ng malamig na tubig upang uminom. Halos mapatid na ang aking lalamunan sa pagmamadaling lagukin ang isang basong tubig.

"Bye mum," paalam ko sa aking ina.

Mabilis akong humalik sa pisngi nito at patakbong tinungo ang driveway.

"Axe, 'yong breakfast mo!" Pasigaw na habol ni Mummy.

"Sa school nalang po ako kakain," pahabol na tugon ko naman.

Halos paliparin ko na ang sasakyan upang makarating agad ako sa school.

Nang makarating roo'y patakbo kong tinungo ang silid-aralan. Natigilan ako sa bungad ng pintuan, sapagkat mayroon akong narinig na sumisigaw. Mukhang galit na galit ang taong nagmamay-ari sa boses na iyon. Hinawi ko ang mga kaklase kong nagkukumpulan roon. Nakita ko si Aeryn na nakaupo at walang imik, habang si Diane nama'y panay ang bulyaw rito.

"What's going on?" Kunot-noong tanong ko.

"Bro, mabuti naman dumating kana." Bungad sa akin ni Cree.

Nakita ko si Hillary na nakatayo sa tabi ni Aeryn, habang nakayuko ito't impit na umiiyak.

"Nasa'n ang teacher natin?" Baling ko kay Cree.

"Wala tayong klase sa first and second subject, may meeting daw ang mga teachers ngayon sa faculty." Mahabang paliwanag ni Cree.

"Ano bang nangyayari ha?" Baling ko naman kay Diane.

Humahangos ito sa galit nang lumingon sa akin. "Ayan kasing mga weird na 'yan, tinapunan ng juice ang uniform ko!" Pabulyaw na sagot nito sa akin.

Napapikit ako sa lakas ng boses nito at halata nga ang mantsa sa kaniyang uniporme. Kapagkuwa'y nagbaba ako ng tingin sa basa na sahig ng aming classroom.

"Hindi ko naman kasi sinasadya." Umiiyak na sabad naman ni Hillary.

Binalingan kong muli si Diane. "Para ayan lang naghuhumiyaw kana sa galit?"

"Duh? Para ito lang? Wala akong dalang extra uniform ngayon para pamalit!" Galit na bulyaw ni Diane.

"I said just wait a few minutes, papalitan ko ang uniform mo." Napatingin ako kay Aeryn nang magsalita ito.

Unang beses ko siyang narinig na parang naiirita ang boses.

"Isa ka pang pakialamera! Feeling mo naman may makukuha

kang pamalit agad sa uniform ko?!" Galit na baling ni Diane kay Aeryn.

"Diane, hindi mo kailangang sumigaw ng malakas. Hindi bingi ang mga kausap mo." Nagtitimping sabad ko.

"Palibhasa kasi mga patay-gutom kayo, kaya kahit dito sa classroom nagdadala kayo ng pagkain!" Pang-iinsultong ani Diane sa mga ito.

"Diane! Tama na," saway kong muli.

Ilang-sandali pa ang nagdaa'y mayroon bahagyang kumatok sa pintuan ng aming classroom, na umagaw sa atensyon ng lahat. Tumayo si Aeryn at kalmadong naglakad papalapit sa taong dumating. Iyon ang lalakeng nakita namin ni Cree na sumundo sa kaniya kahapon sa labas ng school. Pagkabigay sa kulay beige na paper bag ay yumukod pa muna ito kay Aeryn bago umalis.

"Here," tipid na ani Aeryn sabay abot ng malaking paper bag kay Diane.

Nakita ko kung gaano kasama ang tingin ni Diane kay Aeryn, at pahablot pa nitong kinuha ang paper bag. Kapagkuwa'y sinilip ang laman niyon.

"Next time learn to control your bad temper." Kalmadong ani Aeryn.

"Pabida ka talaga nuh?" Mataray naman na sagot ni Diane.

"So, ano? Okay kana?" Naiirita kong baling kay Diane.

"Kapag ito hindi nag-fit sa akin, mananagot talaga kayong dalawa." Pangduduro pa ni Diane kina Aeryn at Hillary.

"You know what? If I have some extra time, I'll put up your attitude to a certain extent." Malamig na ani Aeryn na ikinatingin ng lahat sa kanya.

Hinawakan nito sa kamay ang umiiyak na si Hillary, at inakay palabas sa aming classroom.

"Wow! Just wow!" Nakanganga namang ani Cree.

"Ano ba kasi talagang nangyari?" Nagtatakang baling ko sa

aking kaibigan.

"Tara sa canteen, dun tayo mag-usap. Nagutom ako bigla." Anito't hinimas-himas pa ang kaniyang tiyan.

Ganoon nga ang ginawa naming magkaibigan. Pumunta kami sa canteen at lihim ko naman iyong ikinatuwa, sapagkat nakakaramdam narin ako ng gutom.

"Hanep ka talaga Bro, late kana naman." Panimula nito habang kumakagat sa sandwich.

"Ano? Magkukuwento ka ba? O babatukan kita?" Siring ko.

"Dumating kasi itong si Hillary, excited na excited. Ang lawak pa nga ng pagkakangiti. May dala daw syang juice galing sa Britain, pasalubong ng Auntie nya. Ayun, patakbong lumapit kay Aeryn. E—natisod, bumagsak ang juice, basag! At natapon ang juice papunta kay Diane." Natatawang pagkukuwento nito.

"Bakit wala man lang ako nakitang basag na boteng nagkalat dun?" Naguguluhang tanong ko.

"Nilinis ni Aeryn. Nasugatan pa nga 'yun, kasi natalsikan sya ng bubog sa binti." Patuloy na kuwento ni Cree.

"Ano?" Gulat namang bulalas ko.

"Pero, 'wag ka nang mag-alala, okay lang sya." Nakakalokong ngiti nito sa akin.

"Ulol! Ano naman kung hindi sya okay?" Ngumunguyang wika ko.

"Ulol din!" Ani Cree at humalakhak pa talaga ang loko.

Aeryn

Halos hindi na ako nakatulog kagabi sa kakaisip kung bakit sinundan ako ng dalawa kong kaklase kahapon.

May alam ba sila tungkol sa akin?

Pinilig-pilig ko ang aking ulo upang mawala ang mga haka-hakang bumabagabag sa akin.

May kakaiba akong nararamdaman sa Axeriel na 'yon.
Para bang interesado sya sa pagkatao ko.
Dapat layuan ko ang taong 'yon.

Pinukaw nang malakas na katok sa pinto ang naglalakbay kong diwa.

"Come in," walang ganang sinabi ko.

"My Lady, we need to go. It might be too late for your class." Deretsong ani Ruffer.

Oo nga pala, hindi ako pwedeng ma-late ngayon, dahil unang araw ng klase kahapon ay late na ako.

Mabilis kong isinukbit ang bag sa aking likuran at nagpatiunang lumabas. Nang makalabas sa bahay ay nakita ko na agad si Spike, nakaabang mula sa bungad nang bukas na pintuan ng sasakyan. Bahagya akong umupo upang magpantay kami nito.

"Good morning Spike." Pagbati ko, kapagkuwa'y hinagkan ko ito sa ulo. Binuhat ko ito't ipinasok sa loob ng sasakyan. "Let's go," bigay hudyat ko kay Ruffer.

Gaya ng una'y hindi ko na pinasunod pa si Ruffer sa loob ng paaralan. Mahigpit kong ibinilin na sa labas lamang sila pwedeng maghintay sa akin ni Spike.

Mukhang ako yata ang nauna ngayong araw, dahil wala pang maingay sa aming silid-aralan. Mabilis akong naupo sa aking upuan. Ilang-sandali pa'y halos sabay-sabay din naman dumating ang aking mga kamag-aral.

"Hi Aeryn, good morning." Masiglang bati sa akin ni Cree, ngunit pagtango lamang ang ibinigay kong tugon sa kanya.

"Aeryn, look! May dala akong juice for you." Bungad naman ni Hillary sa pintuan.

Mukhang masayang-masaya ito, habang hawak ang dalawang bote ng juice sa magkabilaang kamay.

"Dala 'to ni Auntie from Britain. I'm sure magugustuhan mo 'to." Dagdag pa nito habang malawak ang pagkakangiti.

Patakbo itong lumapit sa akin, subalit natisod ang isang paa nito nang kung ano. At bigla nalang itong tumilapon sa sahig, gayon din ang dala nitong botelya ng juice. Sa kasamaang palad ay tumilapon lahat ng juice sa harapan ni Diane, na hindi naman kalayuan mula sa aking kinauupuan.

Paniguradong gulo na naman ito.

Hindi ko maipaliwanag ang naramdaman ko, dahil mayroong bagay ang kumurot sa aking sistema. Marahil iyo'y pagkahabag para kay Hillary.

"Ouch! You freak!" Galit na singhal ni Diane kay Hillary.

Napatingin ako sa nagkalat na mga bubog sa sahig. Kapag-kuwa'y nagmadali akong tumayo at kinuha ang vacuum na naroon sa gilid ng aming classroom. Natigilan ako nang makita kong dumudugo ang aking binti. Napabuntong-hininga nalang ako at ipinagwalang bahala nalang iyon.

Lumapit ako kay Hillary at tinulungan itong makatayo. "Okay ka lang?" Tanong ko rito.

Ramdam ko ang impit niyang paghikbi, ngunit hindi iyon maitatago ng kaniyang mga luha na nag-uunahang umagos mula sa kanyang mga mata.

Nakaramdam ako ng pagkainis dahil sa malakas na tawanan ng aming mga kaklase. Nilingon ko ang mga ito't isa-isang pinagmasdan.

"Stay here, lilinisin ko lang 'to." Baling ko kay Hillary.

Kapagkuwa'y nagsimula akong mag-vacuum. Ikinagulat ko ang biglang pagsampal ni Diane kay Hillary. Hindi ko inaasahan na aabot sa gano'n ang lahat.

"Tatanga-tanga ka kasi! Tingnan mong ginawa mo sa uniform ko! It looks like a mess now!" Malakas na bulyaw nito sa mukha ni Hillary.

Mabilis kong tinapos ang ginagawa ko't ibinalik ang vacuum sa gilid, kung saan ko iyon kinuha. Nakita ko ang mabilis na pag-agos ng mga luha ni Hillary, habang nakayuko at hindi makatingin ng deretso kay Diane.

"Hindi mo naman siguro kailangan manakit dahil lang sa nadumihan ang damit mo." Sabad ko mula sa 'di kalayuan ng kanilang kinatatayuan.

"Isa ka pa! Pareho kayong freak!" Galit na baling naman nito sa akin.

Hindi ko maipaliwanag, pero parang nag-iinit ang aking mga mata't buong sistema kapag naririnig ko ang matining at manipis na boses ni Diane.

Kailangan kong kumalma.
Hindi ako pwedeng magpadala sa kahit na anumang emosyon.

Huminga ako ng malalim—upang pakalmahin ang hindi ko maintindihang inis, na bigla nalang sumalakay sa akin.

"Sorry," umiiyak na ani Hillary.

"Anong gagawin ko dyan sa sorry mo ha?!" Galit parin na ani Diane.

"Just wait a few minutes, papalitan ko ang uniform mo." Sabad kong muli.

Bumalik ako sa aking upuan, at kinuha ang cellphone sa loob ng aking bag. Kapagkuwa'y nag-send ako ng isang text message para kay Ruffer.

"Ah—talaga lang ha? Alam mo ba kung magkano 'tong damit ko?" Mayroon pang-iinsulto na baling sa akin ni Diane.

"Aeryn..." humihikbing sambit ni Hillary sa aking pangalan.

"Alam ko, pareho nga tayo ng uniform hindi ba?" Kalmado nang sagot ko.

"Ang yabang mo talaga, ano?" Anito't lumapit pa nang bahagya sa aking kinauupuan. "Ngayon palang sasabihin ko na sa'yo, kaya ko kayong patalsikin sa school na 'to." Mayabang pa nitong sinabi.

"Mas mayabang ka pala sa'kin eh." Walang ganang sinabi ko.

Napuno nang malakas na tawanan ang aming silid-aralan, kung kaya't mas lalo lamang nag-apoy sa galit si Diane.

"Aeryn—tama na," garalgal na tinig ni Hillary.

"Enjoy-in mo lang ang mga oras at araw na nandito ka pa. Dahil hindi magtatagal, mapapaalis ka rin dito." Gigil na ungos sa akin ni Diane.

"Is that a warning, or a threat?" Deretsong tingin ko naman rito. "Make sure you can stand your own words. If not, I am telling you—you don't want to see me angry, trust me." Mahinahon kong wika.

"Wooow!" Natahimik ang lahat sa malakas na boses na iyon ni Cree.

Ilang-sandali pa'y dumating naman ang kaibigan nitong si Axe. "What's going on?" Kunot-noong tanong nito.

Hindi ko na pinansin pa ang mga palitan nila ng salita, dahil lalo lamang nag-iinit ang ulo ko sa aking mga naririnig. Sa halip ay naging abala akong pakalmahin ang aking sistemang nag-aalab na sa galit.

"Para ayan lang naghuhumiyaw kana sa galit?" Baling ni Axe kay Diane.

"Duh? Para ito lang? Wala akong dalang extra uniform ngayon

para pamalit!" Tugon naman ni Diane at galit na galit parin.

"I said, just wait a few minutes, papalitan ko ang uniform mo." Hindi ko napigilan na muling sumagot.

Muli akong humugot ng malalim na hininga, upang pakalmahin ang nag-aapoy kong kaluluwa. Nangako kasi ako kay Dada, na hinding-hindi ako gagawa ng kahit na anong gulo sa paaralang ito.

Napukaw ang atensyon ng lahat nang dumating na si Ruffer. Agad akong tumayo at kinuha ang dala nitong paper bag.

"My lady, what's happening?" Pabulong na tanong nito sa akin.

"Nothing serious, just go back to the car and wait for me there." Maawtoridad na utos ko.

"Yes, my lady." Anito't mabilis na umalis.

Lumapit ako kay Diane at iniabot ko rito ang paper bag, na pahablot naman nitong kinuha sa akin.

"Next time, learn to control your bad temper." Mahinahong sinabi ko.

"Pabida ka talaga nuh?" Mataray naman na sagot nito sa akin. "Kapag ito hindi nag-fit sa akin, mananagot talaga kayong dalawa." Pangduduro pa nito sa amin ni Hillary.

"You know what? If I have some extra time, I'll put up your attitude to a certain extent." Walang ganang sinabi ko.

Hinawakan ko sa kamay ang umiiyak parin na si Hillary, at mabilis naming nilisan ang aming silid-aralan.

"Hindi mo dapat ginawa 'yon, nadamay ka pa tuloy." Humihikbing aniya nang makarating kami sa bench area.

Umupo ako't lumanghap ng sariwang hangin.

"Okay, sa susunod hindi na 'ko makikialam," tugon ko.

"Sorry," aniya habang patuloy parin sa paghikbi.

"Stop crying," baling ko rito.

Pinunasan nito ang kaniyang mga luha at tumabing umupo sa akin.

"Salamat," sumisinghot-singhot pang aniya. "Pasensya kana ha, ang clumsy ko kasi—ayan tuloy." Aniya't nagsimula na namang umiyak.

"I said stop crying." Nawawalan nang pasensyang sinabi ko.

Agad naman nitong pinunasan ang kaniyang mga luha't pilit na ngumingiti. Tumayo ako at deretsong tumingin sa kanya.

"Tara, kain nalang tayo sa canteen." Anyaya ko rito.

Tuluyan siyang nangiti at mabilis na tumayo mula sa kaniyang kinauupuan. Nagpatiuna ako at mabilis naman itong sumunod upang magpantay kami sa paglalakad.

Nasa bungad palang kami ng canteen ay natanaw na namin ang magkaibigang Axe at Cree. Dumeretso lang ako sa cashier at umorder ng pagkain namin ni Hillary.

"Tutulungan na kita," ani Hillary at binuhat ang isang tray.

Naupo kami at nagsimulang kumain.

"Okay lang ba 'yong sugat mo?"

Nag-angat ako ng paningin nang marinig ko ang tinig ni Axe. Habang ang kaibigan naman nito'y pabulong-bulong sa kaniyang tabi, at mukhang nang-aasar.

"Nasugatan ka?" Nag-aalalang baling naman sa akin ni Hillary. "Naku, sorry talaga—Aeryn." Maluha-luha pang dagdag nito.

"I'm fine, malayo 'to sa bituka." Pinilit kong ngumiti upang hindi na sila mangulit pa.

"Patingnan agad natin 'yan sa clinic, pagkatapos natin kumain." Pag-aalalang mungkahi ni Hillary.

"Okay nga lang sabi ako. Hindi isang maliit na bubog lang ang makakapatay sa akin." Natatawang sinabi ko.

"P-pero," nakangusong ani Hillary.

"Let's eat, para may time pa tayo pumunta ng library habang wala pa tayong klase." Seryosong saad ko.

Isusubo ko na sana ang pasta, nang bigla'y mayroong mainit na kamay ang lumapat sa aking binti.

"Ano bang ginagawa mo diyan?" Kunot-noo akong nagbaba ng paningin kay Axe.

"Stay still, lalagyan ko lang ng band-aid ang sugat mo." Parang iritado pang anito.

"Ganyan talaga 'yang kaibigan ko Aeryn, masyadong caring." Tinig ni Cree na may halong panunukso.

Nagpatuloy na lamang ako sa pagkain, ngunit natigilan ako nang mapansin kong nakatingin na silang tatlo sa akin. Nagtataka akong nag-angat nang paningin sa mga ito.

"Ganyan ka ba talaga? Hindi ka man lang marunong magpasalamat?" Iritadong ani Axe.

"Is that necessarry?" May pagtatakang tanong ko.

Nakita kong natawa si Hillary habang sumusubo ng pagkain.

"Aba'y malamang," deretsong ani Axe.

"Hindi ko naman sinabing lagyan mo ng band-aid ang sugat ko, kusa mo 'yong ginawa."

Narinig ko ang malakas na pagbuga ng hininga ni Axe, habang ang kaibigan naman nito'y pangiti-ngiti lang sa kaniyang tabi.

"Kaya pala nabu-bully ka, masyado kang mahangin." Anito, na may masamang tingin sa akin.

"What do you mean?" Ngumunguya pa na baling ko sa kanya.

"Wala!" Singhal nito sa akin.

Napangisi ako nang bigla nalang kami nitong layasan, at padabog na nagmartsa pabalik sa kaniyang upuan.

"Pasensya na kayo sa kaibigan ko. Kulang lang kasi sa tulog 'yun, kaya masungit." Natatawang ani Cree.

"Pakisabi nalang kay Axe, salamat." Ani Hillary.

"Makakarating," pagtango ni Cree at nagmartsa papunta sa kaibigan.

Napatingin ako kay Hillary nang tumawa ito ng malakas.

"Bakit?" Seryosong tanong ko.

"Ah—kasi ikaw palang ang gumaganyan kay Axe." Aniya habang patuloy na natatawa.

Tiningnan ko siya ng buong pagtataka, sapagkat hindi ko gaano makuha kung ano ang pinupunto niya.

"Lahat ng mga babae dito sa campus nagkakagulo, mapansin lang ng isang Axeriel Del Farro. Samantalang ikaw wala man lang interes sa kanya." Pagpapatuloy nito.

"I am here to learn, not to impress anyone else." Deretsong sinabi ko.

"Sabagay may point ka dyan." Patangong pag sang-ayon nalang nito sa aking sinabi.

Pagkatapos namin kumain ay tinungo namin ni Hillary ang library, kagaya ng aking binanggit. Sapagkat marami pa naman kaming bakanteng oras na natitira. Naisip kong doon na lamang magpalipas ng oras habang abala pa ang aming mga guro.

Nang makarating sa library ay naghanap agad kami ng aklat na babasahin. Nakita ko ang isang aklat na umagaw agad sa aking atensyon, kaya nama'y pilit ko iyong inaabot kahit na napakataas ng kinalalagyan niyon. Natigilan ako nang mayroon din isang kamay ang umaabot doon. Bigla akong napakurap nang humarap ako sa taong iyon, at nakita ko si Axe na nakadungaw na sa aking mukha. Sa mga sandaling iyo'y napagtanto ko kung gaano ito katangkad.

"You know what? You look so familiar," seryosong aniya.

Gustuhin ko man magsalita'y walang lumalabas mula sa aking bibig. Para akong natuod sa aking kinatatayuan habang nakatingin lamang ng deretso sa kaniya. Hindi ako makakilos dahil sa sobrang lapit ng aming mga katawan sa isa't-isa. Halos maamoy ko na ang kaniyang hininga. Nakaramdam ako ng pagkailang dahil sa sobrang lapit ng aming mga mukha.

"I think I've seen those kind of eyes." Dagdag pa nito habang deretsong nakatingin sa aking mga mata.

Napasinghap ako't hindi ko maipaliwanag ang nangyayari sa akin. Parang nawawala ang kakayahan ko sa tuwing nalalapit sa lalakeng ito.

"Aeryn, ito na 'yong librong kailangan mo." Tinig ni Hillary.

Mabilis kaming kumilos ni Axe na animo'y walang nangyari. Nagpatay-malisya ako't nagkunwaring naghahanap parin ng aklat na babasahin.

"Ssshh—quiet please." Pabulong na anang tagapagbantay.

Hindi ko maipaliwanag kung bakit parang pansamantala akong nanghina. Lumapit sa akin si Hillary at nakangiting iniabot ang isang aklat. Ngumiti narin ako bilang ganti at pasasalamat rito.

Anong nangyari?

Bakit pakiramdam ko'y nanghina ako kanina.

Pakiramdam ko'y nawala ang malakas kong sistema.

Parang bigla'y humina ang aking pandinig ng mga sandaling iyon na kami'y magkalapit.

Muli kong nilingon si Axe na noo'y kausap na ang kaniyang kaibigan.

Do not trust humans.

We are not like them...

Sumagi muli sa aking isipan ang mga salitang iyon na laging ipinapaalala sa akin ni Dada. Napakuyom ang aking mga palad habang matiim na nakatingin kay Axe. Parang kinukurot ang aking puso sa pag-iisip na hindi ako pwedeng mapalapit sa kanya.

Chapter 5

Feelings

Aeryn

Hindi ko maintindihan ang aking nararamdaman.

Bakit ako nagkakaganito?

"Let's go," baling ko kay Hillary.

"Ha? Mamaya pa ang klase natin ah," nagtataka namang anito.

Nagpatiuna akong maglakad palabas ng library at mabilis namang sumunod sa akin si Hillary.

"Okay ka lang ba? Akala ko magbabasa pa muna tayo do'n," aniya.

"Next time nalang, sa classroom nalang tayo mag-review." Sagot ko.

Tahimik at wala akong imik nang marating namin ang aming classroom. Hindi maalis sa isip ko ang nangyari kanina sa library.

Bakit ba nililito ng taong 'yon ang isip ko?

Bagay na ngayon lang nangyayari sa akin.

Kahit kailan hindi ako nagtanong at nalito sa sarili kong nararamdaman, ngayon lang.

Baka tama nga si Dada, hindi ako dapat napapalapit sa mga tao.
Pero gusto kong mabuhay at mamuhay katulad nila.
Gusto ko maging normal na kagaya nila.

"Aeryn," dinig ko sa boses ni Hillary.

"Why?" Deretsong tugon ko naman.

"Kanina pa kita tinatawag." Mababakas sa mukha nito ang matinding pagtataka. "Okay ka lang ba talaga?" Pang-uusisa pa nito.

"Yeah—I'm okay," tipid na tugon ko na lamang.

Napansin ko kung paano napapangiti si Hillary habang napapailing na nakatingin sa akin. At nang magbaba ako ng paningin ay doon ko lang din napansin na baliktad pala ang hawak kong aklat. Napapikit nalang ako sa pagkapahiya. Napabuntong-hininga ako at pilit na iwinawaglit ang kanina pang bumabagabag sa loob ng aking isipan.

Nakita kong pumasok ng classroom ang magkaibigang Axe at Cree, ngunit hindi ko nalang pinansin ang mga ito. Sa halip ay isinubsob ko ang aking sarili sa pagbabasa ng aklat. Ginawa kong abala ang aking isip sa pag-aaral ng salitang pilipino.

<u>SOME TIME LATER</u>

Natapos ang klase namin ngayong araw na tahimik lang ako. Tanging sa harapan at guro lamang naka-focus ang aking paningin sa loob ng buong klase.

Inaayos ko ang aking mga gamit nang makita ko ang kamay ni Axe na nakapatong mula sa aking desk, kaya naman nag-angat ako ng paningin rito.

"Kanina ka pa tahimik a—may problema ba?" Seryosong tanong nito, subalit nag-iwas lamang ako ng paningin sa kanya.

Binitbit ko ang aking bag, kapagkuwa'y akmang lalabas ng classroom. Ngunit iniharang nito ang kaniyang sarili sa aking daraanan. Hindi ko parin ito pinansin, sa halip ay iniba ko ang direksyon ng aking daraanan upang maiwasan ito. Subalit muli nitong iniharang ang kaniyang sarili roon.

"Bakit hindi ka makatingin sa akin? Iniiwasan mo ba 'ko?" Mas lalong sumeryoso ang mukha nito. "Kung tungkol doon sa nangyari sa library kanina, sor—"

"No," putol ko sa sasabihin pa niya sana. "I'm tired, I wanna go home and rest immediately." Dagdag ko na lamang.

"Aeryn, sabay na tayong lumabas." Sabad naman ni Hillary.

"Inanu mo 'yun?" Dinig kong tanong ni Cree nang makatalikod kami ni Hillary sa kanila.

"Anong inanu? Anong tanong 'yan?" Iritadong sagot naman ni Axe sa kaibigan.

Mabilis akong naglakad palabas ng classroom upang hindi na marinig pa kung anuman ang pag-uusapan nilang magkaibigan.

"See you tomorrow, Aeryn." Masiglang ani Hillary habang kumakaway sa akin papalayo.

Samantala, natanaw kong lumabas ng sasakyan si Ruffer kasama si Spike, kaya naman nagmadali akong lumapit sa mga ito.

"I said, just wait for me inside the car." Baling ko kay Ruffer.

Mabilis kong binuhat si Spike at nagmamadaling pumasok sa loob ng sasakyan.

"I'm sorry, my lady." Agad namang paghingi ng paumanhin ni Ruffer.

"Ruffer," Tawag pansin ko rito.

"Yes my lady," agad na tugon naman nito.

"Stop calling me that way when we are in a public place." Maawtoridad kong sinabi.

"B-But my—"

"Understood?" Agad kong putol sa sasabihin pa sana nito.

"Yes," nakayukong aniya.

"Good," saad ko.

Tumahol naman si Spike na ikinangiti ko. Mukhang sumasang-ayon rin ito sa aking sinabi.

"Good boy," wika ko habang marahang hinahaplos ang ulo nito.

Axe

KINABUKASAN

Matamlay at walang gana akong bumangon. Napuyat kasi ako sa panay na pag-iisip kung bakit parang iniiwasan ako ni Aeryn kahapon.

May nagawa ba 'kong mali?

Biglang pumasok sa isip ko kung paano ko ito kinausap sa library kahapon.

Iyon ba ang dahilan kung bakit bigla nalang silang nawala ni Hillary sa library?

Napasabunot ako sa sarili kong buhok, habang madiin ko namang kinagat ang aking pang-ibabang labi sa labis na pagkadismaya.

Dahil nga kaya roon kaya nya ako iniiwasan?

Napabuntong-hininga ako at pilit na tumayo upang maligo.

A FEW MINUTES LATER

"Kuya!" Malakas na tawag sa akin ni Xam habang pababa ako ng hagdan, at kunot-noo ko naman itong nilingon. "Sabay tayo mag-lunch mamaya sa canteen nyo ah," nakangiting aniya.

Iyon lang pala ang sasabihin nya, para namang may emergency kung makatawag.

"Bakit? May canteen naman sa campus nyo." Kunot-noo parin na aking tugon.

"May importante rin kasi akong gagawin sa campus nyo, kaya naisip kong sabay nalang tayo kumain after." Nakangusong aniya.

Lumapit ako sa aking kapatid at ginulo-gulo ang mahaba nitong buhok.

"Kuya, ano ba—don't touch my hair." Maarteng aniya.

"Okay, tawagan mo nalang ako mamaya." Saad ko't tinalikuran ito.

"Saan ka pupunta?" Seryosong tanong niya.

"Saan pa ba? E—'di sa school." Sagot ko rito habang patuloy na nagmamartsa patungong driveway.

"Ang aga pa, hindi ka pa nga nag-aalmusal. Excited?" Mapang-asar na anito.

Sa halip na sumagot ay mabilis ko nalang itong tinalikuran. Hindi ko maipaliwanag kung bakit parang wala ako sa mood ngayon, at wala akong gana magsalita.

<u>DEL RIOS ACADEMY</u>

Nagmadali akong lumabas ng sasakyan nang makita ko ang mga estudyanteng nagkukumpulan sa parking lot ng campus.

"Axe," humahangos na bungad sa akin ni Cree.

Napabuntong-hininga nalang ako. Ilang-araw palang mula ng mag-umpisa ang klase'y puro kaguluhan na agad ang nangyayari sa paaralang ito.

"What now?" Walang ganang tanong ko rito.

"Si......"

Mabilis kong tinalikuran si Cree nang makita kong hawak-hawak ni Kasmeer sa kuwelyo si Aeryn, at pilit itong iniaangat sa ere.

"Kasmeer!" Sigaw ko sa pangalan nito.

Mapang-insulto ako nitong nilingon habang napapailing at may mayabang na mga ngiti.

"Nandito na pala ang hearthrob ng campus. Himala, hindi ka yata late ngayon mahal na prinsipe." Natatawang anito.

"Bitiwan mo sya! Pati ba naman babae pinapatulan mo na ngayon?" Hindi makapaniwalang saad ko.

"Walang sinuman ang pwedeng kumanti sa girlfriend ko Axe, tandaan mo 'yan." Bigla naging seryoso ang mukha nito ng sabihin iyon. "Kahit ikaw pa," dagdag pa niya.

"Dahil lang sa away ng mga babae nagkakaganyan ka?" Natatawa kong sinabi.

"Babae ba ang tingin mo sa isang 'to?" Ani Kasmeer na muling ibinaling ang paningin kay Aeryn. "Mukhang mas malakas pa nga yata sa'yo 'to!" Aniya't tumawa pa ng malakas. "Masakit pa nga ang panga ko sa sapak nito. Isang sapak lang napadugo nya agad ang labi ko." Dagdag pa niya habang patuloy na natatawa.

Tiningnan ko ang kabuohan ni Kasmeer upang kumpirmahin ang sinasabi nito kung totoo nga iyon, at bakas nga ang dugo nito sa kanyang labi.

Paanong?

"Baka naman kasi may ginawa kang katarantaduhan, kaya ka sinapak." Seryoso kong tinuran.

Lalo lang lumakas ang pagtawa ni Kasmeer, habang mahigpit parin nakahawak ang isa nitong kamay sa kuwelyo ng uniporme ni Aeryn. Hindi man lang makikitaan ng takot sa mga mata si Aeryn, tulad ng ibang mga estudyanteng naroon at nakikinood sa eksena.

Damn, this girl.
Hindi nya alam kung ano ang pinapasok nyang gulo.

"Bitiwan mo na sya, nagmumukha ka lang bakla kong papatulan mo 'yan." Mapang-insulto kong sinabi.

Nakita ko kung paano nag-igting ang panga ni Kasmeer nang marinig ang sinabi kong iyon. Agad naman niyang binitiwan si Aeryn at mabilis na lumapit sa akin.

"Kahit anak ka pa ng may-ari ng school na 'to, hinding-hindi ako natatakot sa'yo Axe." Gigil na aniya, habang mas lalo pang inilapit ang kaniyang mukha sa akin.

Itinulak ko ito ng bahagya, kapagkuwa'y pinagpagan ko ang aking suot na uniporme na kaniyang hinawakan.

"Masyado ka naman yatang malapit sa'kin. Hindi ko gusto ang amoy ng hininga mo."

"Anong sinabi mo?" Aniya, habang nakakuyom ang dalawang kamao.

"Hindi lang pala malansa ang hininga mo, bingi karin pala." Natatawang dagdag ko pa.

"Aba! Talagang kinakalaban mo na 'ko ngayon. Pagsisisihan mo 'yan." Anito't pinakawalan ang kamao niyang kanina pa nakahandang lumipad sa aking mukha.

Natigilan nalang ang lahat nang mayroong lumipad na sapatos, at nasapol niyon sa ulo si Kasmeer. Humahangos naman sa galit si Kasmeer nang lingunin kung sino ang may gawa niyon. Subalit ang kaninang nag-aapoy sa galit na Kasmeer ay bigla nalang naging maamong tupa, nang makita ang bagong dating na estudyante.

"Arbor ko na 'yan." Nakangiting anang bagong dating.

"Zarkin?" Tinig ni Aeryn na pumukaw sa nalilito kong diwa.

Sino naman 'tong bagong salta na 'to?
Ngayon ko lang sya nakita sa school namin.
Transfer student na naman?

"Pagpasensyahan mo na 'tong bata ko, Luna. Masyado lang talagang maiksi ang pisi nito, kaya mabilis uminit ang ulo." Natatawang anito habang nakatuon ang paningin kay Kasmeer.

Luna???
A—iyon nga pala ang second name ni Aeryn.
So, magkakilala sila?

Sumenyas 'yung Zarkin kay Kasmeer na umalis nalang. Mukhang takot na takot naman si Kasmeer rito, sapagkat mabilis itong tumalikod kasama ang dalawa pa nitong kasamahan.

"Mag-uusap tayo mamaya, Kasmeer." Anang Zarkin na hindi man lang nilingon ang kausap nang sabihin iyon.

"Yes, B-boss." Utal namang sagot ni Kasmeer bago tuluyang umalis.

Boss???

Ano ba 'tong mga ito?

Kunot na kunot ang noo ko habang nakatingin sa gawi ni Aeryn at nung Zarkin.

"What are you doing here?" Seryosong tanong ni Aeryn rito.

"Obvious ba? Nandito ka, kaya dapat nandito rin ako." Nakangiting tugon nito kay Aeryn.

Nag-igting ang panga ko dahil naiinis ako sa takbo ng kanilang pag-uusap.

"Relax ka lang, mamaya kana magselos." Pabulong na ani Cree sa akin.

Hindi ko napansin na nasa tabi ko na pala ang lokong ito.

"Tumahimik ka nga, kung anu-anong pinagsasabi mo dyan." Siring ko sa kaniya.

Pinulot ni Aeryn ang sapatos na ibinato nung Zarkin kay Kasmeer kanina. Hindi ko maintindihan kung bakit awtomatikong napakuyom ang aking kamao nang biglang hawakan ni Aeryn ang kamay nung Zarkin, at hinila ito papalayo sa amin. Nagtakbuhan ang mga usyoserang estudyante nang tumunog ang bell, hudyat na oras na para magsimula ang klase.

"Tara na, tapos na ang show." Ani Cree at umakbay pa sa akin.

Hindi ako mapakali habang tinutungo namin ni Cree ang aming classroom. Pilit na hinahanap ng aking mga mata kung saan nagpunta si Aeryn at ang Zarkin na iyon. Nang marating namin ni Cree ang aming silid-arala'y ipinagtaka kong nasa loob na niyon si Aeryn, at kaniyang kasama. Mabilis akong umupo sa tabi ni Aeryn habang kunot-noong nakatingin sa bago naming classmate.

"Good morning class," bungad ni Mrs. Lopez.

"Good morning Ma'am," bati naman ng lahat.

"Simula ngayong araw, meron tayong bagong makakasama.

Meaning, meron na naman kayong bagong classmate." Panimula ni Mrs. Lopez.

Matiim kong pinagmasdan ang bagong estuyanteng tinutukoy ng guro. Nahuhuli kong panay ang pag sulyap ni Aeryn sa Zarkin na 'yun. At hindi ko maipaliwanag kung bakit ako naiinis ng ganito.

"You," baling ni Mrs. Lopez kay Zarkin. "Introduce yourself in front of your classmates." Anang guro.

Mabilis namang tumayo si Zarkin at pumunta sa harapan. Klinaro pa muna nito ang kanyang lalamunan bago nag-umpisang magsalita. "I'm Zarkin Salviejo, exchange student from England. I'm hoping we'll get along on my first day here, and in the days to come." Mahabang litanya nito.

"Welcome to my class Mr. Salviejo, you may go back to your seat." Nakangiting ani Mrs. Lopez.

Natapos ang klase ni Mrs. Lopez na parang wala man lang akong naintindihan na kahit isa. Ang alam ko lang naiirita ako sa tuwing nakikita ko ang mga tinginan nila Aeryn, at nung Zarkin.

"Bro, wala ka bang balak mag-snack? Gutom na 'ko." Ani Cree habang panay ang paghimas sa kanyang tiyan.

Naningkit ang mga mata ko nang makita kong magkausap na naman sina Aeryn at Zarkin sa labas ng aming classroom.

"Ikain nalang natin 'yan sa canteen, Bro" Pang-aasar na tono ni Cree.

Humahangos kong tinalikuran ang aking kaibigan, at mabilis na naglakad papuntang canteen.

"Huy! Sandali naman." Mabilis na habol naman nito sa akin.

SA CANTEEN

Madiin akong kumagat sa sandwich nang makita kong magkasama

sina Aeryn at Zarkin papasok ng canteen.

"Bro, parang galit na galit ka naman dyan sa kinakain mo." Natatawang ani Cree. "Hi Hillary," masiglang bati ni Cree nang mamataan niya ito.

Samantala'y nanatiling nakatuon ang aking paningin kina Aeryn at Zarkin, na mukhang seryoso sa kanilang pinag-uusapan.

Ano kaya ang pinag-uusapan ng dalawang 'to?
At magka anu-ano ba talaga sila?
Bakit parang close na close naman yata sila...

May kung anong nag-aapoy na galit sa aking kaloob-looban na hindi ko kayang ipaliwanag.

"Dito nalang kayo maupo sa table namin." Pang-aalok ni Cree kay Hillary na agad namang umagaw sa aking atensyon.

May kung ano sa akin ang natutuwa sa iminungkahing iyon ng aking kaibigan.

"Tatanungin ko muna si Aeryn. Mukhang may importante yata silang pinag-uusapan ng kaibigan nya eh," seryosong ani Hillary.

"Kaibigan?" Agad namang sabad ko.

"Oo, magkaklase pala sila noon sa England." Masiglang tugon naman ni Hillary. "Nakakatuwa nga, at least hindi na malulungkot si Aeryn—kasi nandito ang matalik nyang kaibigan." Masaya pang dagdag nito.

Tsss!!!
Matalik na kaibigan pala a—

"Axe, okay ka lang?" Baling sa akin ni Hillary.

"Oo! Bakit naman hindi!?" Malakas na sagot kong ikinagulat nito.

Samantala'y napahalukipkip naman ng tawa si Cree, na aking katabi.

"Ah—sorry," nakangusong ani Hillary. "Sige, babalik na 'ko sa upuan namin." Malungkot pang anito.

"Bro, loko ka talaga." Ani Cree, kapagkuwa'y nagpatuloy sa kaniyang malakas na pagtawa. "Relax ka lang kasi, magkaibigan lang naman pala." Dagdag pa nito habang hindi parin mapatid sa pagtawa.

"Shut up Cree! wala akong pa-ke kung matalik pa man silang magkaibigan." Iritadong baling ko naman rito.

"Okay, if you said so." Panay tawa parin na aniya.

Abnoy talaga itong kaibigan kong 'to.
Kanina pa tawa ng tawa, wala naman nakakatawa.

Tumayo si Aeryn na agad namang pinigilan ni Zarkin. Hindi ko alam kung bakit napaangat din ang aking puwetan mula sa aking kinauupuan nang makita kong hinawakan pa nito ang kamay ni Aeryn. Kumuha ng mineral water si Zarkin sa counter, kapag-kuwa'y binuksan nya pa muna iyon bago iniabot kay Aeryn.

Pa-gentleman! Amf!

"Bro, sa tingin mo magkaibigan lang ba talaga sila?" Seryosong tanong ni Cree.

"Anong pa-ke ko? Bakit sa'kin mo tinatanong?" Inis na singhal ko.

"Wag ka naman magalit agad, nagtatanong lang e—" aniya. Kapagkuwa'y tinapik pa ako nito sa balikat. "Kanina pa mainit ang ulo mo a—hindi ka makausap ng maayos, loko!" Nakangising dagdag pa niya.

Parehong napako ang aming paningin ni Cree nang makita naming papasok ng canteen ang grupo nila Kasmeer, kasama si Diane at kanilang mga kaibigan.

"Patay, mukhang gulo na naman yata 'to." Pabulong na ani Cree.

Ilang-sandali pa'y huminto si Diane sa mesang kinaroroonan nila Aeryn. "Kung akala mong matitinag ako dahil may bago ka na namang kakampi sa school na 'to, nagkakamali ka." Mataray na ani Diane habang matalim na nakamasid kay Aeryn.

"Diane—stop it," panunuway naman ni Kasmeer sa kanyang nobya.

"Bakit ba takot na takot ka sa bagong saltang "to? Ha?" Baling ni Diane sa nobyo.

Nginitian lamang ni Zarkin si Diane bago nito ibinaling ang paningin kay Kasmeer. "Bagay kayo ng girlfriend mo. You two are perfect match." Natatawang ani Zarkin habang hindi inaalis ang paningin mula kay Kasmeer.

Makikita ang takot sa mga mata ni Kasmeer, kung kaya't hindi ito makatingin ng deretso sa taong kaharap.

"I like you," baling ni Zarkin kay Diane.

"A-ano?" Gulat namang ani Diane, at nautal pa ito ng magsalita. "Sorry nalang sa'yo, may boyfriend na 'ko." Kaagad namang bawi nito. Kapagkuwa'y matamis na tumingin sa kanyang nobyo, na si Kasmeer.

Samantala, muli niyang nilingon si Aeryn. "Hoy weirdo! Tutukan mo 'tong boyfriend mo ha, baka isang-araw wala na sa'yo ang paningin nyan." Mayabang na ani Diane, at tumawa pa ng malakas na parang bruha.

Awtomatiko akong napatayo nang marinig ang sinabing iyon ni Diane. "Hindi sila mag-boyfriend!" Malakas na sabad ko.

Natahimik ang lahat. Napalunok ako nang makita kong nasa akin nakatuon ang paningin nilang lahat. Maging ang kaibigan kong si Cree ay gulat na napako ang paningin sa akin. Nakakabinging katahimikan ang namutawi sa loob ng canteen.

"M-magkaibigan lang s-sila." Utal at mahinang sinabi ko habang dahan-dahang napapaupo.

What the hell! Axeriel!
Bakit ka ba nakikisabad sa usapan ng may usapan?
Nakakahiya! Ang lakas pa ng boses mo!

Sa loob ng aking isipa'y labis-labis kong kinakastigo ang aking sarili. At sa mga oras ding iyo'y parang gusto ko nalang maglaho dahil sa sobrang kahihiyan. Nadidismaya akong napapikit sa sarili kong kagagawan.

"HA! HA! HA!" Umalingaw-ngaw sa aking pandinig ang malakas na tawang iyon ng aking kaibigan na lalo naman nakadaragdag sa aking pagkadismaya.

Chapter 6

Jealousy

Aeryn

Lahat ng estudyanteng naroon sa canteen ay natigilan at napatingin kay Axe.

What is wrong with him?
Kanina pa ba sya nakikinig sa usapan namin?
Eavesdropper...

Napansin ko ang pamumula ng mukha nito, marahil ay dala iyon nang matinding kahihiyan.

"Luna and I are friends. But I confessed to her in Britain back then, I'm still waiting the answer though." Natatawang ani Zarkin.

Nakagat ko ng madiin ang pang-ibabang labi ko nang tingnan ako ng masama ni Axe. May kung ano sa mga tingin nito ang nakakapaso.

Napalingon ako kay Zarkin nang kumindat ito at mayroon nakakalokong tingin. Nginisihan ko lang ito't binigyang-pahiwatig na tumahimik.

Napuno ng kantiyawan sa loob ng canteen na iyon. Subalit ang nakaagaw ng lubos sa aking atensyo'y ang biglaang pag-alis ni Axe, na tila galit na galit. Sapagkat natumba pa ang upuan nito nang siya'y tumayo. Mabilis niyang nilisan ang canteen na sinundan naman ng kaibigan nitong si Cree.

"Mukhang may matinding karibal na yata ako sa'yo." Pabirong ani Zarkin na tumabi pa sa aking kinauupuan.

"Kayo ah—may something pala sa inyo, 'di nyo man lang ako na-inform." Panunuksong ani Hillary.

"Zarkin's infatuation," nakangising sinabi ko.

Natawa nalang si Zarkin sa aking tinuran. Tinapunan ko ito ng masamang tingin at nagpatuloy nalang sa pagkain.

<u>CLASSROOM</u>

Nasa bungad palang kami ng pintuan puro panunukso na ang aming mga kamag-aral. Napansin ko naman agad si Axe na walang imik, at tila abala ito sa pagbabasa ng aklat.

"Axe, dapat si Aeryn at Zarkin ang magkatabi ng upuan." Panunukso ng isa naming kamag-aral na lalake.

"E—kung ipatapon kaya kita sa ibang section, or worse ibang school nalang. Ano sa tingin mo?" Tugon naman ni Axe.

Kapagkuwa'y tinapunan pa ng masamang tingin ang aming kamag-aral. Agad namang sumeryoso ang mukha ng kaklase naming iyon, at umayos sa pagkakaupo.

Galit ba sya? At bakit?

Naupo ako at naglabas ng aklat para sa susunod naming pagsusulit. Napatingin ako kay Axe na tuwid na tuwid ang pagkakaupo sa kaniyang upuan, at seryosong nakatingin sa aklat na kaniyang hawak. Ngayon ko lang napagtanto na gwapo pala talaga ito. Kaya pala tinatawag itong hearthrob sa buong campus.

"Stop staring at me." seryosong anito.

Agad naman akong nagbaba ng paningin sa hawak kong aklat, at umayos narin sa pagkakaupo.

Bakit parang hindi ako sanay na hindi nya ako kinukulit?

Mabuti narin 'yon dahil iyon din naman ang gusto kong mangyari, at para narin maiwasan ko sya.

Natapos ang aming klase ngayong umaga na seryoso lang si Axe. Tanging kaibigan lang nito ang kaniyang kinakausap at wala ng iba. Namangha ako sa ipinakita niyang galing sa klase ngayong araw.

Matalino pala sya, ngunit bakit ngayon ko lang 'yon nakita o napansin?

"Luna, sa labas tayo kumain." Lapit sa akin ni Zarkin.

"May canteen naman, bakit kailangang sa labas pa?" Nagtataka namang baling ko rito.

"May kailangan akong sabihin sa'yo." Pabulong na aniya.

Awtomatiko akong napatingin sa paligid, sinisipat kung may nakikinig ba sa amin. "Ano 'yon?" Seryosong tanong ko.

"Mas okay kung hindi natin dito pag-uusapan." Bigla'y naging seryoso ang tono nito.

"Okay," kibit-balikat kong wika.

"Aeryn—Zarkin, let's go. Mag-lunch na tayo." Tawag pansin sa amin ni Hillary.

Nagkatinginan pa muna kami ni Zarkin bago ko ito hinarap.

"Hillary, okay lang ba na ikaw na muna ang mag-lunch sa canteen ngayon? Sa labas kasi kami kakain ni Zarkin." Mahabang litanya ko.

"Ah—oo ba, ayuko naman maging third-wheel dun sa inyo." Panunukso namang aniya.

Tipid ko na lamang itong tinapunan ng ngiti.

"Sige, mauuna na 'kong bumaba." Masiglang paalam niya.

"Sige," pagsang-ayon ko naman.

<u>AT CAVE CAFÉ</u>

Kunot-noo kong nilingon si Zarkin nang makita ko kung saang lugar nya ako dinala.

"Bakit dito?" Tanong ko.

"Ito lang ang lugar na alam kong walang makakakita, o makakarinig sa anumang pag-uusapan natin." Aniya.

"Ano ba kasi 'yon?" Tiningnan ko ito nang buong pagtataka.

"Banrìon's looking for you now seriously." Biglang sumeryoso ang kaniyang mukha.

Kapagkuwa'y iginiya ako papasok sa loob ng Café.

"The Queen?" Gulat na baling ko rito.

"Let's go inside, and talk."

Napansin kong walang tao sa Café kun'di kaming dalawa lamang. Ang Café na iyon ay sekretong lugar para sa aming mga Eire. Doon kami nagkikita-kita kung mayroon mahalagang pag-uusapan. Itinayo ang gusaling iyon para lamang sa aming mga Eire.

"Zarkin, hindi tayo pwedeng magtagal dito. May klase pa tayo, isang oras lang ang lunch break natin." Pagpapaalala ko.

"Oo—alam ko," baling nito sa akin.

"Ito ba ang dahilan kung bakit narito ka?" Deretsong tanong ko.

"Oo, Lord Finnick's wants me to look after you inside the school." Panimula nito.

Napalunok ako sa sinabi niyang iyon.

Si Dada???

"Hinahanap kana ngayon ng buong Eire, dahil iyon ang utos ng Banrìon."

Ang Banrìon ay salitang Irish na nagmumula sa aming lahi, na ang ibig sabihin ay Reyna.

"Hindi ka nila pwedeng matunton hangga't hindi pa lumalabas ang kapangyarihan mo." May pag-aalalang tono ni Zarkin. "Kailangang tumibok ang puso mo, Luna. Hindi ba't iyon ang ipinunta nyo rito ng iyong ama, upang hanapin ang susi sa lahat?" Deretsong tingin nito sa akin.

"P-pero, hanggang ngayon hindi parin namin alam kung paanong dadaloy ng normal ang dugo sa puso ko." Malungkot na aking sinabi.

Lumapit si Zarkin mula sa aking kinatatayuan, kapagkuwa'y hinawakan nito ang magkabila kong balikat at deretsong tumingin sa aking mga mata.

"Luna, makakaasa kang nandito lang ako lagi sa tabi mo, hanggang sa huli." Emosyonal na sambit niya.

"Baka ikaw naman ang mapahamak dahil sinusuway mo ang kautusan ng Banrìon." Garalgal na aking tinig.

"Rì Finnick will always be my Lord, tandaan mo 'yan Luna. Hindi kita pwedeng pabayaan. Hindi ko hahayaang manganib ka sa kamay ng buong Eire." Makapagbag-damdaming aniya.

Hindi ko maintindihan ang aking nararamdaman, sapagkat mayroong kumukurot sa aking sistema na nagbibigay lungkot sa aking kabuuan.

"Paano kapag nakarating ito sa Banrìon? Manganganib ang pamilya mo ro'n, Zarkin." Buong pag-aalala kong sinabi.

"Alam ng ama't-ina na narito ako para protektahan ka. Dala ko ang basbas nila na magtatagumpay tayong palabasin ang kapangyarihan mo, bago ka pa makita ng buong Eire." Mahaba pa niyang sinabi.

"Ngunit paano?" Nawawalang pag-asang tanong ko.

"Tuwing sabado't-linggo, paroroon ako sa inyo para subukan kung hanggang saan ang kaya mong gawin." Natutuwang aniya.

"Pumayag si Dada?" Nahihiwagaang tanong ko.

"Oo," nakangiting aniya. "Kumain na muna tayo para makabalik na tayo sa school." Pang-iiba nito sa takbo ng aming pag-uusap.

Nilingon ko siya ng may pagtataka, sapagkat nakita kong may ibang tao palang naroon maliban sa aming dalawa.

"Akala ko ba walang tao rito?"

"Don't worry, katiwala ko 'yan. Sya ang naghahanda ng makakain ko sa araw-araw." Natatawang aniya. "Matagal na akong pumaparito sa Pilipinas, para pag-aralan ang galaw at salita ng mga tao rito." Aniya habang kumukuha ng prutas na inihapag ng sinasabi niyang katiwala.

Pinanlakihan ko siya ng mga mata. Ni minsan hindi niya ito nabanggit sa akin noong nasa Britanya pa kami.

Kaya ba tuwing bakasyon ay wala sya roon?

"Yung pangyayari kaninang umaga, paano mo 'yon maipapaliwanag? Paano mong nakilala ang Kasmeer na 'yon?" Sunod-sunod na tanong ko.

"A—'yun?" Natatawang aniya habang ngumunguya. "Matagal ko ng kilala 'yon. Business partner ko ang ama nya."

"Bakit boss ang tawag sa'yo?" Deretsong tanong ko ulit.

"Ewan ko dun sa loko-lokong 'yun." Kibit-balikat na aniya.

"Zarkin, ayukong nagtitiwala ka ng lubos sa mga tao."

"Wag mong alalahanin ang taong 'yon. Baka takot lang sa'kin kasi mas mataas ang posisyon ko sa organisasyon, kumpara sa kanyang ama." Nangingiti aniya. "Kumain kana para makabalik na tayo sa paaralan. Sige ka, baka ma-late tayo." Aniya sabay abot ng prutas sa akin.

Napabuntong-hininga nalang akong inabot ang mansanas mula sa kaniya.

Ayukong dumating ang araw na meron na namang masasaktan at mapaparusahan ng dahil sa'kin.

Ayukong mangyari 'yon, dahil hindi ko pa alam kung paano sila mapoprotektahan...

Axe

Nauna akong lumabas ng classroom at bumaba sa canteen upang kumain. Hindi ko alam kung bakit naiirita akong makita na malapit si Aeryn sa bago naming kaklase. Sumasakit ang mga mata ko kapag nakikita ko silang masayang nag-uusap.

"Huy! Teka naman, gutom na gutom ka na ba?" Habol ng aking kaibigan.

Inakbayan ako nito bago muling nagsalita. "Ang galing mo kanina sa klase natin. Nakakabilib, halos ikaw lang ang nag-recite kanina dun. Hindi ko alam na nakakatalino pala ang pagseselos." Mapang-asar na anito.

Tinuktukan ko ito sa ulo at inalis ang pagkakaakbay niya mula sa akin.

"Anong pagseselos naman 'yang sinasabi mo?" Inis kong wika, at sinamaan ko pa ito ng tingin.

"Okay, sige itanggi mo lang. Darating din ang time mare-realize mo rin 'yan." Nakakalokong aniya.

"Ewan ko sa'yo," bahagyang siring ko.

Nasa bungad palang kami ng canteen ay nakita ko na agad ang kapatid kong ang lawak ng pagkakangiti.

"Kuya," masiglang bungad nito sa akin.

"Ang aga mo yata." Pagsalubong ko naman rito.

"Sabi ko naman sa'yo 'di ba, may importante akong sadya rito." Nagsisimulang magtaray na anito.

"Tapos mo na ba gawin?" Seryoso namang tanong ko.

"Oo naman, ako pa ba?" Buong pagmamalaking aniya. "Um-order na 'ko ng makakain natin, sit down."

"Xam, lalo kang gumaganda ngayon a." Pabirong ani Cree.

"Thanks, Kuya Cree." Nakangiting baling naman ni Xam rito. "Bakit parang wala yata sa mood ang Kuya ko? Inasar mo na naman siguro nuh?" Natatawang dugtong pa ng aking kapatid.

"Naku, wala akong ginagawa dyan sa Kuya mo a—inlove lang 'yan kaya ganyan." Ani Cree, kapagkuwa'y tumawa pa ng malakas.

Mabilis akong kumilos at binatukan ito ng malakas.

"Aray ha! Kita mo, mapanakit narin 'yan ngayon." Baling nito kay Xam na parang batang nagsusumbong.

Pinaningkitan ako ng mga mata ni Xam. Kapagkuwa'y nakapamewang pa itong humarap sa akin. "And who's that girl?" Seryosong tanong niya.

"Naniwala ka naman dyan kay Cree, puro lang kalokohan 'yan." Walang ganang sagot ko.

"Eh—Bakit parang totoo?" Anito na lalo pang naningkit ang mga mata.

"Kumain na nga lang tayo, gutom na 'ko." Pang-iiba ko sa usapan.

Inismiran lamang ako ng aking kapatid, kapagkuwa'y umupo sa aking tabi. "Normal lang naman magkagusto Kuya. That's part of our childhood anyway." Natatawang aniya.

"O—ayan Bro, may blessing na ni kapatid." Sabad naman ni Cree habang panay sa pagnguya ng pagkain.

"Tumahimik ka nga, kumain ka nalang." Siring ko. "Kumain kana baka ma-late ka sa klase mo." Baling ko kay Xam.

"Sana makilala ko kung sino ang girl na 'yon, Kuya ha." Aniya sabay subo sa pasta.

Napapailing nalang ako habang pinagmamasdan ang aking kapatid. Samantalang pinanlilisikan ko naman ng mga mata ang aking kaibigang panay ang pagngiti habang kumakain.

Nasan kaya si Aeryn?
Bakit parang wala yata sya sa canteen ngayon?
Wala ba syang balak kumain?

Hindi ko maintindihan kung bakit ako naiinis kapag naiisip kong marahil ay magkasama na naman sila ng Zarkin na iyon.

Nahagip ng aking paningin si Hillary na mag-isang kumakain, kaya naman tahimik ko itong nilapitan. "Hi, mag-isa ka yata ngayon?" Tanong ko habang palinga-linga sa paligid, nagbabaka-sakaling makikita ko si Aeryn.

"Hi Axe, ah—si Aeryn ba?" Nakangiting baling nito sa akin.

Tinanguan ko lamang sya bilang tugon.

"Sa labas daw sila kakain ni Zarkin eh," deretsong aniya.

"Ha? Bakit hindi ka sumama?" Kunot-noong tinuran ko.

"Ayuko naman makaistorbo sa kanila. May mahalagang bagay yata silang pag-uusapan." Nakangusong aniya.

Nagtagisan ang mga bagang ko sa aking narinig. Parang nag-init bigla ang aking tenga, at kumulo ang aking dugo sa hindi mapangalanang dahilan.

"Axe, okay ka lang?" Pag-aalalang tinig ni Hillary.

"Oo!" Mabilis kong sagot atsaka ko ito tinalikuran.

"Kuya!" Dinig ko namang tawag sa akin ng aking kapatid. "Finish your food. Saan ka ba pupunta?" Pahabol pa nito.

Subalit hindi ko ito pinansin, sa halip ay dere-deretso akong lumabas ng canteen na iyon.

Hindi ko maintindihan kung ano ba itong nararamdaman ko. Parang ang bigat-bigat ng aking kalooban sa hindi malaman na dahilan.

Namalayan ko nalang na sa parking lot na ako dinala ng aking mga paa. Papasok na sana ako sa aking kotse nang makita ko ang isang magarang sasakyan mula sa bukana ng aming paaralan. Kunot-noo kong pinagmasdan kung kaninong sasakyan iyon, sapagkat ngayon ko lang iyon nakita rito. Natigilan ako nang makita kong bumaba si Zarkin mula roon. Umikot ito't pinagbuksan ng pinto ang lulan niyon mula sa unahan. Lalong bumigat ang aking loob nang makita kong bumaba mula roon si Aeryn. Nakangiti pa ito habang nakatingin kay Zarkin. Mabilis akong pumasok ng sasakyan at padabog na naupo roon. Bahagya kong nasuntok ang manibela ng aking kotse sa matinding inis na lumulukob sa akin.

Bakit ba 'ko nagkakaganito?

Gusto kong isipin na magkaibigan lang talaga sila. Pero sa sulok ng aking utak ay mayroon nagsasabing baka mas higit pa sa pagkakaibigan ang relasyon nilang dalawa. Napapikit ako ng madiin at humugot nang malalim na hininga.

Napaigtad ako nang makita kong nakatayo na si Aeryn mula sa harapan ng aking sasakyan, at tila pinagmamasdan ang aking galaw. Magka-krus pa ang mga braso nito, at napapatabingi ang ulo habang nakatitig sa akin.

Nakikita nya ba 'ko?
Imposible! Tinted kaya itong sasakyan ko.

Binuhay ko ang makina ng aking sasakyan at bahagyang pinaandar iyon papunta sa gawi kung saan siya nakatayo. Napakunot ang aking noo, sapagkat hindi man lang ito natinag mula sa kaniyang kinatatayuan. Ni hindi man lang makikitaan ng kaba, o takot na baka sagasaan ko siya.

Binuksan ko ang bintana ng kotse at inis na dumungaw mula roon. "Move!" Pasigaw na utos ko rito.

"Saan ka pupunta?" Kalmadong tanong niya.

Kalmado pa talaga sya huh—kahit nakasigaw na 'ko?
Pambihira talaga ang babae na 'to.

"Ano naman sa'yo ngayon kung saan ako magpunta? Wala ka ng pakialam dun." Iritable kong sinabi.

"May klase pa tayo," seryoso namang aniya.

"So? Alis dyan kung ayaw mong sagasaan kita." Singhal ko rito.

Mas lalo akong nainis nang makita kong patawa-tawa lang si Zarkin mula sa gilid ng kinatatayuan ni Aeryn. Parang natutuwa pa itong panoorin kaming nagkakasagutan.

Bumaling akong muli kay Aeryn nang mapansin kong mayroon itong sinisilip mula sa ilalim ng aking sasakyan.

"Anong sinisilip-silip mo dyan?" Singhal ko.

Nag-angat ito ng paningin sa akin at nginisihan lang ako na lalong nagpakulo sa nagagalit kong dugo.

"Let's go Zarkin, baka ma-late tayo." Anyaya nito sa kasama.

Sinundan ko nalang sila nang masamang tingin habang nagpipigil ng galit. Padabog akong bumaba ng sasakyan at tiningnan ang ilalim niyon.

Shit!

Flat ang gulong.

Sino naman kayang loko-loko ang may gawa nito?

"Bro, nandyan ka lang pala. Tara na baka ma-late tayo sa susunod na klase." Tinig ni Cree.

Napapadyak ako sa matinding inis at padabog akong naglakad pabalik sa loob ng school.

Badtrip!!!

Pag minamalas ka nga naman talaga!

Chapter 7
Incomprehensible Feelings

Aeryn

Papasok na kami ni Zarkin sa parking lot ng paaralan nang makita ko si Axe. Mukhang galit ito't kunot na kunot ang noo habang padabog na pumasok sa kaniyang sasakyan.

Parang lagi yata syang galit nitong mga nakaraang araw. Moody...

"Hindi ba't may klase pa tayo? Bakit nandito yata ang admirer mo?" Natatawang ani Zarkin nang pagbuksan ako nito ng pintuan ng sasakyan.

Natawa nalang ako sa kaniyang tinuran.

"Admirer ka dyan."

"O—bakit hindi ba?" Patuloy na panunukso nito.

"Ikaw lang nag-iisip nyan," mariin kong pagtanggi.

"Lalake rin ako, Luna. Alam ko, at nakikita ko ang ikinikilos ng lalakeng 'yon sa t'wing kaharap ka." Patuloy pang aniya.

Napabuntong-hininga nalang ako sa mga pinagsasabi nito, sapagkat wala akong nararamdaman o nakikita katulad ng kaniyang tinutukoy.

Nagmartsa ako palapit sa kung saan nakaparada ang sasakyan ni Axe. Sinadya kong pumuwesto sa unahan ng sasakyan nito upang makita kung ano ang ginagawa niya roon. Lihim akong napangiti nang makita ko ang nakabusangot nitong mukha. Binuhay nito ang makina ng sasakyan, at akmang tatakbo papunta sa kung saan ang aking kinatatayuan. Mas lalo akong napangiti nang mapansin ko ang isang gulong ng sasakyan nito mula sa unahan na tila walang hangin.

Gano'n ba sya kawala sa mood ngayon, na kahit sariling sasakyan ay hindi napansing may deperensya 'yon.

"Move!" Pasigaw na anito nang dungawin ako mula sa bintana.

"Saan ka pupunta?" Seryosong tanong ko.

Lalong nalukot ang mukha nito nang marinig ang aking katanungan. Kumikibot-kibot pa ang mga labi nito na tila mayroong sinasabi.

"Ano naman sa'yo ngayon kung sa'n ako magpunta? Wala ka ng pakialam dun!" Iritadong aniya.

"May klase pa tayo," deretso ko namang wika.

"So? Alis dyan kung ayaw mong sagasaan kita." Talagang galit na ngang anito.

Parang kaya mo naman...
Natatawang bulong ko sa aking sarili.

Yumuko ako upang silipin ang ilalim ng sasakyan nito, sapagkat napansin kong pawang wala rin hangin ang dalawang gulong niyon sa gawing likuran. Lihim akong natawa nang maisip kong hindi naman ito makakaalis kung ganoong walang hangin ang tatlong gulong ng kaniyang sasakyan.

"Let's go Zarkin, baka ma-late tayo." Baling ko sa aking kaibigan.

Napapangiti ako habang tinatalikuran namin si Axe, at tuluyang iniwan roon sa parking lot.

"Pilya ka talaga. Bakit hindi mo man lang sinabi na flat ang gulong ng sasakyan nya?" Ani Zarkin habang pinipigil din ang pagtawa.

"Problema nya na 'yon" Natatawa narin na aking sagot.

"Ikaw a, napapansin kong nagkakakulay na yata ang mga ngiti mo ngayon." Mapanuksong aniya.

"Bilisan mo na dyan, kung anu-ano nalang nakikita at napapansin mo." Siring ko sa kaniya.

Mabilis naman itong sumunod upang magpantay kami sa paglalakad.

<u>C L A S S R O O M</u>

Nagtama ang mga paningin namin ni Axe nang pumasok ito kasama ang kaibigang si Cree. Ilang-sandali pa'y dumating narin ang aming guro. Lahat ay tahimik lang na nakikinig at nag-aaral, maliban sa grupo ni Diane.

"By the way class, kailangan ko nga pala ng tatlong volunteer para sa gaganaping program this week." Ani Ms. Cruz, ang aming guro sa musika.

Lahat ay nagtaas ng kani-kanilang mga kamay. Ang lahat ay natuwa at nasabik sa sinabing iyon ng guro.

"Mukhang lahat ay interesado sa sinabi ko ah, maliban sa inyong tatlo." Baling nito sa amin.

Napagtanto kong ako, si Zarkin, at si Axe ang tanging hindi nagtaas ng kamay. Pare-pareho kaming walang pakialam, o interes sa sinabing iyon ng aming guro.

"Hindi ba't magaling kang tumugtog ng violin, Axeriel." Baling ng guro kay Axe.

"Wala akong gana tumugtog niyon ngayon, Ma'am." Walang ganang sagot naman nito.

"Pero kailangan ko ng isang volunteer para dun, at ikaw lang ang tanging marunong niyon." Nagsusumamong tinig ng guro.

Nanatiling tahimik si Axe habang nagbubuklat ng aklat.

"Please—isang-araw lang naman gaganapin ang program, dahil meron tayong mahalagang bisita sa araw na 'yon." Nakikiusap pang ani Ms. Cruz.

Ngunit wala itong nakuha na sagot mula kay Axe. Parang wala itong naririnig na ikinabuntong-hininga na lamang ng guro.

"I volunteer, Ma'am." Tinig ni Zarkin na umagaw sa atensyon ng lahat.

"Marunong ka bang tumugtog ng violin?" Nabubuhayang tinig ni Ms. Cruz.

"Yes Ma'am—since birth," nakangiting ani Zarkin.

"Good, mamayang uwian pumunta ka sa Stadium para mai-discuss ko sa'yo ang dapat mong tugtugin." Masayang dagdag pa ng guro.

Tumango na lamang si Zarkin bilang tugon.

"Kailangan ko pa ng dalawa," muling baling sa amin ni Ms. Cruz. "Kailangan ko ng magaling naman sa piano."

"Ma'am, si Luna—expert dyan," sabad ni Zarkin.

Pinanlakihan ko ito ng mga mata, sapagkat wala akong interes sa gaganaping pagdaraos na iyon.

"Luna?" Nagtatakang ani Ms. Cruz.

"Aeryn po pala," napapakamot ulong ani Zarkin.

Bumaling sa akin ang guro. "Maaari ko bang marinig mamaya kung paano kang tumugtog?" Tanong nito.

Napabuntong-hininga nalang ako dahil nahihirapan akong tumanggi, lalo't maayos naman ang pakiusap nito.

"Yes Ma'am," mahinang tugon ko nalang.

"Kailangan ko rin ng isang kakanta. Anyone?" Baling pa ni Ms. Cruz sa lahat.

Napalingon ang buong klase nang biglang magtaas ng kamay si Axe.

Natatawang binalingan ito ng guro. "Kaya pala ayaw mong tumugtog, kasi gusto mo palang kumanta." Pigil na ngiting anang Guro.

Nagtawanan ang mga kaklase namin na agad namang sinuway ni Ms. Cruz.

"Well, I guess magkita-kita nalang tayo mamaya sa Stadium. Goodbye class, see you tomorrow." Masiglang paalam nito.

Nakita kong panay ang pangungulit ni Cree sa kaibigan. Natatawa nalang ako sa tuwing iniiwasan nito ang bawat pagbatok sa kaniya ni Axe.

Axe

"May binabalak ka nu?" Bulong sa akin ni Cree.

Lihim akong natawa sa sarili kong naiisip. Hindi ko nalang pinansin ang pangungulit nito at nanatili akong tahimik. Matapos lahat ng klase namin ngayong araw ay nagpasama ako kay Cree papuntang Stadium, sapagkat hinayaan kong mauna na roon sina Aeryn at Zarkin.

"Anong binabalak mo huh?" Pangungulit parin ni Cree sa akin.

"Basta," tipid kong sagot habang napapangiti.

"Loko ka talaga, naglilihim kana ngayon sa'kin a."

"Basta—malalaman mo rin," nakangiting baling ko naman rito.

"Basta payong kaibigan lang huh, na sana hindi bumalik sa'yo 'yang kalokohang iniisip mo." Seryosong aniya.

"Ano ka ba naman, wala akong iniisip na masama."

"Wala nga ba?" Pang-uusisa parin nito.

"Bro, nakikita ng dalawang mata ko—o," aniya at itinuro pa talaga ang sariling mga mata. "Selos 'yan Bro, selos!" At pinanlakihan pa ako nito ng mga mata.

"Ano bang selos 'yang sinasabi mo huh? Bakit naman ako magseselos—aber?" Pinanlakihan ko rin siya ng mga mata.

"Dahil gusto mo si Aeryn," deretsong sagot nito.

Akmang babatukan ko ito ngunit mabilis siyang nakaiwas sa akin.

"Hindi mo na 'ko mababatukan ngayon, alisto na yata 'to." Aniyang may panunudyo.

Maging ako'y napapaisip narin sa sinasabi ng aking kaibigan, sapagkat sa tatlong-taon ko rito sa paaralang ito'y ngayon lang ako nagkakaganito. Ngayon lang kasi mayroong nakaagaw sa aking atensyon. At higit sa lahat, ngayon lang din nagkaroon nang nagpapakulo ng husto sa aking dugo.

Sa dinami-dami naman ng mga nag-gagandahang babae rito, bakit sya pa?

Bakit si Aeryn???

"Ano Bro, nare-realize mo na ba?" Pukaw ni Cree sa lumilipad kong isipan.

"Ang alin?" Seryosong tanong ko.

"Ang labo mo naman kausap." Buntong-hiningang aniya.

"Ikaw ang malabo dyan," siring ko naman.

"Huh? Ako pa talaga?" At itinuro pa talaga ang kaniyang sarili.

"Bilisan nalang natin, baka ako nalang ang hinihintay dun." Nagmamadali kong sinabi.

"Pa-importante ka kasi." Anito at binilisan narin ang kaniyang paglalakad.

Tama nga ang aking sinabi, sapagkat nang makarating kami sa Stadium ay ako nalang ang hinihintay nila roon.

"Saan kana naman ba nagsusuot, Axeriel? Kanina mo pa kami pinaghihintay rito." Nagsisimulang magtaray na anang guro.

"Sorry, Ma'am." Agad na paghingi ko ng paumanhin.

"Okay—let us start. Ito ang aaralin mong kanta." Baling nito sa akin, sabay-abot ng isang papel.

Agad ko naman iyong inabot at tiningnan ang mga lirikong nakasulat roon.

Nagsimulang tipahin ni Aeryn ang piano, at sinundan naman ito ng violin ni Zarkin. Pansamantala akong natuod mula sa aking kinatatayuan, sapagkat hindi ko inaakalang gano'n sila kagaling sa kasang-kapang pangtugtog. Pawang sanay na sanay silang gawin iyon, dahil kahit hindi nila ito tingnan ay alam nila kung paano maniobrahin ang hawak nilang instrumento. Napako ang aking paningin kay Aeryn na noo'y deretso namang nakatingin sa akin habang abala ang mga daliri nito sa pagtipa ng piano.

"Axeriel," tawag pansin naman sa akin ni Ms. Cruz. "Tatayo kana lang ba dyan?" Dagdag pa nito.

Mabilis akong kumilos at pumuwesto sa upuang naroon sa pagitan nila Aeryn at Zarkin.

Hindi naman ako nahirapang makasabay sa kanila, dahil kahit paano'y alam ko rin naman ang kantang ibinigay ni Ms. Cruz sa amin. Nakahinga ako ng maluwang nang matapos ang awitin. Samantala, umalingaw-ngaw naman sa buong paligid ang malakas na palakpak ni Ms. Cruz, at ng kaibigan ko.

"Perfect combination naman pala kayong tatlo eh. Sa tingin ko hindi na 'ko mahihirapan pang insayuhin kayo." Masiglang anang guro. "Sa ngayon ito lang muna. Bukas ulit, hanggang sa mga susunod pang araw." Magiliw pang aniya.

"Kailan po ba gaganapin ang program?" Tanong ko.

"Ngayong Friday na," sagot naman ng guro. "Kaya nga masuwerte ako na magagaling pala kayo. Late na kasi sinabi ng Dean sa akin ang tungkol rito." Patuloy na pagpapaliwanag ng guro.

"Sino po ba ang darating na bisita?" Sabad naman ni Cree.

"Hindi ko rin alam, hindi ko pa kasi 'yon nakikita. Madalas ko lang marinig t'wing may meeting kami kasama ang school owner." Seryosong tugon naman ng guro.

Si Mummy???

Ibig sabihin kilala ni Mummy ang panauhing darating?

"Ang alam ko lang, isa daw 'yon sa maimpluwensiyang tao sa loob at labas ng bansa. Balita ko nga iyon daw ang pinakamalaking naibigay na sponsorship sa school natin. 'Yun daw ang sponsor ng mga scholar na narito." Mahabang litanya ni Ms. Cruz.

Lahat kami'y napaawang ang bibig sa mga sinabing iyon ng guro.

Gano'n kayaman ang taong 'yun?

Halos nasa dalawampu't-mahigit ang scholar na nag-aaral dito sa school namin a. Kung gano'n mas mayaman pa ang taong 'yun sa amin?

"Sige na, magsiuwi na kayo. See you tomorrow." Paalam ni Ms. Cruz, na nauna pang lumabas ng Stadium.

"Huy! Tara na," pukaw ng aking kaibigan sa natuod kong kaluluwa.

Ikinagulat ko pa nang tapikin ako nito sa balikat.

"Putcha naman Bro, napapadalas na yata ang pagiging magugulatin mo ngayon." Natatawang ani Cree. "Iwasan mo na ang pag-inom ng kape, hindi na nakakabuti sa'yo." Pabirong dagdag pa nito.

Hinanap ng aking paningin kung nasaan sina Aeryn at Zarkin, sapagkat kaming dalawa nalang pala ni Cree ang magkasama sa loob ng Stadium. Nagpalinga-linga ako sa paligid, ngunit hindi ko makita ang mga ito.

"Kanina pa sila nakaalis, halos kasabay lang ni Ms. Cruz."

Pagkarinig ko sa sinabing iyon ni Cree ay nagmadali akong lumabas ng Stadium sa pag-asang maaabutan ko pa ang mga ito, ngunit bigo ako. Samantala, patakbo namang sumunod sa akin si Cree, at namalayan ko nalang na nakarating na pala kami sa parking lot. Napabuga ako ng malakas na hininga nang hindi ko na makita roon ang sasakyan ni Zarkin. Nadidismaya akong isipin na magkasama silang umuwi ni Aeryn.

"Wag ka kasing matutulala. Ayan tuloy 'di mo na naabutan." Nagsisimula na namang pang-aasar ni Cree.

"Kung anu-ano talaga iniisip mo." Pasiring na baling ko rito.

"Alam mo Bro, mauunahan ka talaga kung babagal-bagal ka." Natatawang aniya.

"Loko! Tara na nga!" Singhal ko.

Natigilan kami ni Cree nang may humarang na tatlong-kalalakihan mula sa aming daraanan. Agad akong kinabahan nang mapansin kong nakapulos-itim ang mga ito't may takip pa ang mga mukha.

"A-anong kailangan nyo?" Kabadong tanong ni Cree sa mga ito.

"Si Mr. Del Farro lang ang kailangan namin. Kung ayaw mong madamay, sumibat kana lang." Nakakakilabot na tinig ng isa sa mga ito.

"Loko ka pala e—kaibigan ko ang kailangan nyo tapus basta mo nalang ako paaalisin na parang wala lang, gano'n?" Matapang na ani Cree.

"Cree, sige na umalis kana. Ako na ang bahala rito." Pabulong kong sinabi.

"Hindi pwede 'yon, Bro. Magkasama tayong aalis rito." Pabulong rin na aniya.

"Kung gano'n, hindi na kayo makakalabas pa ng buhay dito." Makapanindig-balahibong wika ng lalake.

Napalingon kami ni Cree sa aming likuran nang mayroon pang dumating na isa. Pamilyar sa akin ang tindig at pustura nito kahit nakatakip ang buong mukha niyon.

"Ano bang kailangan nyo sa'kin?" Deretsong tanong ko.

"Gusto lang naman kitang turuan ng leksyon. Masyado kana kasi nagiging mayabang at pakialamero!" Pasigaw na wika ng lalakeng kadarating lamang.

Napakunot ang aking noo, sapagkat hindi ko makuha ang pinupunto ng taong iyon. Sa ayos ng mga ito'y batid ko nang hindi sila gagawa ng mabuti. Kailangan naming makaalis agad ni Cree, bago pa may mangyaring masama. Nagmasid ako sa paligid, subalit ikinadismaya ko na walang ibang tao rito kun'di kami lamang.

Paano kami makakahingi ng tulong nito?
Nasaan na ba ang guwardiya sa school na 'to?

"Bro, tawagan mo na ang Mummy mo." Pabulong na ani Cree, habang unti-unting lumalapit sa akin.

Awtomatiko kaming napaatras nang biglang sumugod ang tatlo sa amin.

"Fuck! Hindi ko napaghandaan 'to a, hindi pa naman ako nakapag-ensayo." Pabirong ani Cree, ngunit hindi maikakaila ang matinding kaba sa kaniyang tinig.

"Cree, pagbilang ko ng tatlo—takbo, okay. Wag kang hihinto at 'wag ka ng lumingon pa."

"Loko! Wala tayong tatakbuhan dito." Pasiring na aniya.

"Basta tumakbo ka lang hangga't kaya mo." Mariing wika ko.

Nagbilang ako sa pamamagitan ng pagtapik sa balikat ni Cree, bilang hudyat. At sa pangatlong tapik ko'y agad naman niya iyong nakuha. Kapagkuwa'y walang alinlangan itong tumakbo.

Sabay-sabay na sumugod sa akin ang tatlong-lalake, at buong lakas ko namang nilabanan ang mga ito. Subalit hindi ko inaasahan ang malakas na tadyak ng isa sa mga ito na ikinatilapon ko. Tila ba bihasa ang mga ito sa ganitong sitwasyon. Humihingal akong bumangon, at mabilis na inihanda ang aking sarili sa susunod na pagsugod ng mga ito.

"Axe!" Malakas na boses ni Cree, na umalingaw-ngaw pa sa buong paligid.

Hindi ko namalayang binalikan pa pala ako nito.

"Loko ka! Bakit hindi ka tumakbo?" Anitong habol ang kaniyang hininga.

Nagtama pa ang aming mga likod nang sabay kaming mapaatras.

"Bakit ka pa bumalik? Dapat naghanap ka na ng daan palabas."

"Tarantado, hindi kita pwedeng iwan dito." Gigil na siring niya sa akin.

"Kung gano'n pareho talaga tayong hindi makakalabas ng buhay dito." Deretsong saad ko.

Mabilis na sumugod ang tatlong-lalake na pareho naming ikinagulat ni Cree. Suntok roon, suntok rito, at walang humpay na tadyakan ang naging ritmo naming magkaibigan. Masyadong mabibilis kumilos ang mga ito kumpara sa amin ni Cree. Natigilan ako nang makita kong tumilapon ang kaibigan ko, at tumama ang likod nito sa pader.

Damn it!

Paulit-ulit akong napapamura sa aking isipan.

Mabilis kong nilapitan si Cree. "Bro, okay ka lang?" Pag-aalalang tanong ko.

Napahawak ito sa kaniyang likuran at napadaing sa sobrang sakit. Nag-igting ang aking panga at nag-iinit ang aking mga tenga, gawa ng galit sa mga taong kaharap namin ngayon.

"Ano ba talaga kasi ang kailangan nyo?! Huh?!" Galit na sigaw ko.

"Ikaw nga," sabad ng pang-apat sa mga ito habang nanonood lang sa nangyayari.

"Pwes! Ano ngang kailangan nyo sa'kin?" Bulyaw ko rito.

"Sumama ka sa amin para malaman mo," seryosong anito.

Nilingon ko si Cree na namimilipit parin sa sakit ng kaniyang likod. Umiiling ito't nagpapahiwatig na huwag akong sumama sa mga ito.

"Kung sasama ba 'ko sa inyo hahayaan nyong madala sa ospital ang kaibigan ko?" Nanginginig man ang aking katawan sa galit ay sinikap ko parin kausapin ang mga ito sa kalmadong paraan.

"Kung 'yun ba naman ang kagustuhan mo, sige. Basta sasama ka sa amin. Kung sisira ka naman sa usapan, hayaan nalang natin mamatay 'yang kaibigan mo rito." Mayabang at natatawa pang tugon nito.

"Axe, n-no," utal na pigil sa akin ni Cree.

"Pagkaalis namin dito sikapin mong makalabas, okay. Humingi ka ng tulong at magpadala ka sa ospital, naiintindihan mo?"

"P-pero, pa'no ka?" Naiiyak niyang tanong.

"Wag mo 'kong intindihin. Hindi hahayaan ng parents ko na hindi ako makita 'pag hindi ako nakauwi ngayon."

"Axe..." nanginginig na tinig ni Cree, at mahigpit pa akong

hinawakan sa kamay.

"Tama na ang drama nyong magkaibigan!" Singhal ng isa sa mga sumugod sa amin.

"Tch! Tch! Sino ang may sabi sa inyong manggulo at manakit kayo sa loob ng paaralan na 'to?"

Napalunok ako at sabay pa kaming napalingon ni Cree sa pinagmulan ng tinig na iyon.

Aeryn???

Tumawa ng malakas ang lalakeng kausap ko.

"Kita mo nga naman, mas malakas pa pala ang loob ng isang babae kaysa sa inyo." Anito habang na kay Aeryn nakatuon ang paningin.

Gusto kong singhalan si Aeryn kung ano ang ginagawa niya rito. Ang buong akala ko'y nakauwi na ito.

Hindi ba sya natatakot? At nakialam pa talaga.

"Hindi mo yata kami nakikilala magandang binibini." Nakangising anang lalake.

"Ako ba kilala nyo?" Kalmadong tugon naman ni Aeryn rito.

What???
Ano bang ginagawa nya?

"Umalis kana binibini, bago mo pa pagsisihan ito."

"Bakit ko naman pagsisisihan? Ni minsan wala akong pinagsisihan sa buhay ko. Hindi ako nakakaramdam ng gano'n." Malamig at seryosong ani Aeryn.

Sa pagkakataong iyo'y gusto kong takbuhin ang kinatatayuan

ni Aeryn, at singhalan itong manahimik na lamang. Hindi maaatim ng aking kalooban kung pati siya'y madadamay sa kaguluhang ito.

"Ayan ang gusto ko sa babae, matapang at may paninindigan." Anang lalake, kapagkuwa'y nagmartsa ito papalapit kay Aeryn.

"Sasama na 'ko sa inyo, 'wag na kayong mangdamay pa ng iba." Singhal ko sa mga ito.

"Bigla ka yatang tumapang, Mr. Del Farro." Baling ng lalake sa akin. "Girlfriend mo ba 'to?" Tanong nito at itinuro pa talaga si Aeryn.

"Hindi!" Sabay na sagot namin ni Aeryn.

"Wala akong balak na maging nobyo 'yan." Deretsong ani Aeryn na agad namang nagpakulo sa aking dugo.

Mariin kong nakagat ang aking pang-ibabang labi sa matinding inis na lumulukob sa akin.

"Wag kang feeling! As if naman gusto kita maging nobya!" Pabulyaw kong sinabi.

Muling natawa ang lalakeng kausap namin. Kapagkuwa'y muli nitong hinarap si Aeryn. "Wag kang mag-alala Miss, kung ayaw nya sa'yo, pwede naman ako." Nakakalokong anito.

"Kung 'yung nakikita ko nga ang mukha hindi ko gusto, ikaw pa kaya na tagong-tago ang pagmumukha. Malay ko ba kung gaano kapanget 'yang pagmumukha mo." Mapang-insulto namang ani Aeryn.

Gusto kong matawa sa sinabi niyang iyon, ngunit pinigilan ko ang aking sarili na mapahalakhak, sapagkat hindi iyon naaayon sa sitwasyon namin ngayon. Inakay ko si Cree at inalalayan itong makatayo.

"Ipapakita ko rin sa'yo ang mukha ko, kapag nakuha na kita."

Napakuyom ang aking kamao sa sinabing iyon ng lalake. Kung hindi ko lang iniisip ang malaking gulo na mangyayari, at ang kaibigan ko'y sinunggaban ko na ang ungas na iyon.

Nagulat ang lahat nang bigla nalang lumipad ang kamao ni Aeryn sa lalakeng kaharap. Maging kami ni Cree ay nagulat sa bilis ng pangyayaring iyon. Tumilapon ito't bumagsak sa harap ng tatlo pang naroon.

"Alam mo ba na walang sinuman ang nagtatangkang bastusin ako?" Kalmado parin na ani Aeryn, habang unti-unting lumalapit sa apat.

Awtomatikong napaatras ang tatlong-lalake nang tuluyang makalapit sa kanila si Aeryn.

"Kung ako sa inyo kilalanin nyo muna ang binabangga nyo bago kayo magyabang dito." Malamig at maawtoridad na saad niya.

Hindi ko alam kung bakit parang kinilabutan ako sa mga katagang iyon. Parang nag-iba bigla ang tono ng kanyang boses. Hindi iyon basta salita lamang, kun'di utos na dapat mong sundin agad.

"A-ano pang hinihintay nyo? Sugurin nyo na!" Utos ng lalakeng tumilapon.

Napatabingi ang ulo ni Aeryn, habang nag-iinat ng kaniyang mga braso. Pinagsaklop pa nito ang kaniyang mga daliri at bahagya iyong pinatunog. Walang habas na sumugod ang tatlong lalake na para bang hindi babae ang kanilang kaharap. Subalit ni isa'y walang nakalapit kay Aeryn, sa kadahilanang isa-isang tumitilapon ang bawat isa sa mga ito. Nilukob ako nang matinding kahihiyan sa aking nasasaksihan, sapagkat walang kahirap-hirap niyang tinalo ang mga ito. Samantalang kami ni Cree ay walang nagawa laban sa mga iyon.

"Umalis na kayo rito habang kalmado pa 'ko," ani Aeryn.

Hindi naman nag-atubili ang apat at mabilis na tumayo ang mga ito't patakbong iika-ikang lumisan.

Samantala, nahagip ng aking paningin si Zarkin na kalmadong nakaupo sa gilid, habang sumisimsim sa bote ng juice na kaniyang tangan.

"Nandyan ka pala, at hindi ka man lang talaga nag-abalang tumulong?" Kunot-noong baling ko rito.

Pinagkibitan lang ako nito ng balikat, at nakangiting bumaling kay Aeryn.

"Okay lang ba kayo?" Tanong sa amin ni Aeryn.

"Kailangan kong dalhin sa ospital si Cree, mukhang napuruhan yata ang likod nya." Nag-aalalang sagot ko.

"Let's go, ihahatid na namin kayo sa ospital." Sabad naman ni Zarkin.

Tinulungan pa ako nitong akayin si Cree papuntang parking lot, hanggang sa maisakay ito nang sasakyan. Dahil sa flat ang gulong ng aking kotse ay sasakyan muna ni Cree ang naisip kong gamitin.

"Mauna na kayo, susunod kami." Tinig ni Aeryn.

"Hindi na kailangan, ako na ang magdadala sa kanya sa ospital." Tugon ko.

"Sisiguraduhin ko lang na hindi na kayo susundan ng mga 'yon," aniya.

Bigla akong nakaramdam ng pagkapahiya sa sinabi niyang iyon.

"Salamat," awtomatikong naisatinig ko.

Habang tinatahak namin ang daan papuntang ospital ay panay ang pagsulyap ko kay Cree, sapagkat panay ang pagdaing nito't napapangiwi pa sa sakit na kaniyang iniinda.

"Kunting tiis nalang Bro, malapit na tayo sa ospital." Wika ko habang mas lalo pang binilisan ang pagmamaneho.

"Dahan-dahan naman sa pagda-drive, baka ito ang ikamatay ko." Aniya, habang pinipilit pang tumawa sa kabila ng sakit na nararamdaman.

Napailing nalang ako sa kalokohan nito.

May sakit na ngang iniinda nakukuha pang magbiro.

Samantala, nakita ko mula sa side mirror ang nakasunod na sasakyan ni Zarkin. Binalik-tanaw ko ang mga nangyari kanina, at hanggang ngayo'y hindi parin maalis sa isip ko ang aking mga nasaksihan. Lalo na kung paano makipag-usap si Aeryn sa mga lalakeng sumugod sa amin.

Sino ba talaga sya?

Bakit ang lakas ng loob nyang makipag-usap sa mga 'yun, na para bang wala man lang syang kinatatakutan? At hinayaan lang sya ng kaibigan nya na para bang alam nito na kayang-kaya iyon ni Aeryn.

Sumasakit ang ulo ko sa dami ng mga isipin na gumugulo sa aking utak. At kasabay niyon ang abot-abot namang kaba para sa aking kaibigan.

Sana'y wala namang nabali sa mga buto nya.

Hindi ko mapapatawad ang sarili ko kapag may nangyari sa bestfriend ko...

Chapter 8

Guilt

Axe

<u>SA OSPITAL</u>

Mabilis akong bumaba ng sasakyan upang ibaba ang aking kaibigan. Paglingon ko gilid ko'y nakita kong nakaalalay narin si Zarkin sa kabilang balikat ni Cree.

Ang bilis naman nyang nakababa ng sasakyan, samantalang nasa likod lang namin sila kanina.

Napailing nalang ako habang patuloy na inaalalayan si Cree papasok sa ospital. Mabilis kaming inasikaso ng mga staff nang matanaw nila kami mula sa bukana niyon. Agad nilang inalalayan pahiga sa stretcher si Cree, at sinuri ang kalagayan nito.

"Sir kayo po ba ang guardian ng pasyente? Paki fill-up nalang po ito." Anang lalakeng-nurse habang iniaabot sa akin ang isang chart.

Bagamat punong-puno nang pangamba'y mabilis ko naman iyong kinuha at agad na nagsulat. Natigilan ako nang biglang sumagi sa isip ko kung paano ko ito sasabihin at ipapaliwanag sa parents ni Cree. Madiin akong napapikit at humugot ng malalim na hininga bago ko ibinalik ang chart sa lalakeng-nurse.

Pahakbang na sana ako nang makita ko ang doctor na sumuri kay Cree. Awtomatiko akong natigilan nang makita ko si Aeryn na nakatayo habang nakasandal ang likuran nito sa gilid ng pasilyo.

"How is he?" Seryosong tanong ni Aeryn.

Napakunot ang noo ko sa tinuran nito. At mas lalong nangunot ang aking noo nang mapagtanto kong hindi pala sya sa akin nakatingin, kun'di sa doctor na nasa harapan ko.

"Good thing, hindi gano'n ka-grabe ang natamo nyang pinsala sa likuran. Pero kailangan pang magsagawa ng iba pang test, to make sure na walang nabali sa mga buto nya." Sagot naman ng doctor habang nakangiti itong nakatingin kay Aeryn.

Biglang nag-init ang mga mata ko sa aking natutunghayan. Hindi ko maintindihan kung bakit naiirita akong nakikita na may ibang lalakeng ngumingiti ng matamis kay Aeryn. Maging ako'y nalilito narin sa aking mga nararamdaman.

"Magkakilala kayo?" Mabilis na sabad ko habang na kay Aeryn lang nakatuon ang aking paningin.

"Do you know my sister?" Nangingiting baling naman sa akin ng doctor.

Napaawang ang bibig ko sa labis na pagkabigla sa sinabi nito. Ni hindi ko magawang muling tingnan sa mga mata si Aeryn. Animo'y kinakain ako ng matinding kahihiyan, at kulang nalang hilingin kong sana'y kainin na ako ng lupang aking kinatatayuan sa lalong madaling panahon.

"Do everything you can to make his recovery fast." Seryosong ani Aeryn.

"Yes, your highness." Malaking pagkakangiti naman ng doctor.

Kapagkuwa'y lumapit kay Aeryn, at ginulo-gulo ang mahabang buhok nito.

"Don't touch my hair." Nakangiwi at nagtataray na si Aeryn.

Napatikhim ako sa hindi malamang dahilan. Para bang nakita ko na ang ganoong eksena, o marahil ay ganoon ko rin asarin ang nakababata kong kapatid.

"Doc. gising na po ang pasyente," anang babaeng-nurse.

Agad kaming kumilos mula sa aming kinatatayuan upang puntahan ang kinaroroonan ni Cree.

"Cree..." tawag ko sa aking kaibigan. Nilingon ako nito na mayroong matamis na mga ngiti sa labi. "Ano? Kumusta ang pakiramdam mo?" Labis na pag-aalalang tanong ko.

"Medyo ayos naman na, pero masakit parin ang likod ko 'pag gumagalaw ako." Nakangiwing aniya.

"Wag kana muna masyadong kikilos. Ipapaasikaso ko ka'gad ang mga test na dapat pang gawin sa'yo, so better rest. I need your parents consent about this matter." Mahabang litanya ng doctor.

Nakita kong napalunok si Cree at nababakas sa kaniyang mukha ang kabang nararamdaman sa sinabi ng kaharap.

"Ako nalang ang tatawag sa parents mo," nakangiti kong sinabi.

"Kailan nyo sya ililipat sa private room?" Napalingon ang lahat sa tanong na iyon ni Aeryn. "What?" Mataray na anito sa amin. "Mas makakapagpahinga sya kung nasa private room." Dagdag pa nito.

Natawa ang doctor habang sinusuri nito si Cree. "Prepare his room." Baling nito sa kaniyang assistant nurse.

"Yes Doc.," tugon naman ng nurse at agad na kumilos.

"Wait my assistant nurse, she will bring him into his room."

Baling nito kay Aeryn.

Sa tono ng kanilang pag-uusap ay pawang hindi nila ako kasama, o nakikita. Sapagkat hindi man lang nag-aabala ang mga itong lingunin ako.

"I need to do my rounds. Pupuntahan nalang kita mamaya sa silid mo." Baling ng doctor kay Cree.

"Thanks Doc.," magiliw namang ani Cree.

Nang makaalis na ang doctor ay binalingan ko si Aeryn na titig na titig naman sa aking kaibigan.

"Bakit gano'n ka makipag-usap sa Kuya mo?" Seryosong tanong ko.

"Paano ba dapat?" Sagot naman niya.

Bagamat mayroong pagkabigla sa aking narinig ay peke nalang akong natawa sa kaniyang tinuran.

Hindi ko talaga maintindihan ang babaeng 'to, napaka-angas lagi sumagot. Imbis na sagutin nalang ang tanong sa kanya, tanong din ang makukuha mong sagot mula rito.

Hinilut-hilot ko ang aking sintido, kapagkuwa'y bumaling na muli kay Aeryn. "May gusto ka ba sa kaibigan ko, huh?" Naiinis na tanong ko.

"Huy!" Bulalas naman ni Cree sa akin.

"What would you think na may gusto ako sa kaibigan mo?" Kunot-noong aniya.

"Kanina ka pa titig na titig sa kanya e–" iritadong saad ko.

Bahagyang napaawang ang bibig ni Aeryn na animo'y hindi makapaniwala sa kaniyang narinig. Pinagkrus nito ang kaniyang mga braso't bahagyang natawa. "Anong nakakatawa?" Inis na singhal ko.

"I think—you're the one who jealous?" Nangingiting patanong

na anito.

Napalunok ako sa sinabi niyang iyon. Hindi ko inaasahan na gano'n ang magiging tugon nito sa akin. Pakiramdam ko'y nangapal ang aking mukha sa sobrang kahihiyan. Nag-iinit ang aking pisngi at hindi ko magawang tumingin ng deretso sa kanya.

"HA! HA! HA! HA! HA!" Napukaw ang aking diwa sa malakas na tawang iyon ni Cree.

Nanatiling nakababa ang aking paningin. Hindi ko magawang harapin si Aeryn, sapagkat maging ako'y naguguluhan narin sa sarili kong nararamdaman.

Napalingon nalang kaming lahat nang dumating ang assistant nurse ng doctor, kasama ang dalawa pang nurse na lalake.

"Ililipat na po namin sya sa private room." Magalang na anang nurse.

"Cree, lalabas lang ako saglit, tatawagan ko ang parents mo." Baling ko sa aking kaibigan.

"Sige, bilisan mo huh." Pahabol nito habang hila ng dalawang nurse ang stretcher na kaniyang kinahihigaan, upang dalhin siya sa isang pribadong-silid.

"Teka, hindi mo pa sinasagot ang tanong ko." Seryosong ani Aeryn.

Bigla akong natigilan, kapagkuwa'y mabilis akong lumayo mula sa kanya.

San ba nakukuha ng babaeng 'yun ang lakas ng loob?

Aeryn

Ikinabigla ko ang direksyon ng daan na tinatahak ni Axe, sapagkat alam ko na agad kung saang ospital niya dadalhin ang kaniyang kaibigan. Napabuntong-hininga ako sa pag-iisip kung paano ko haharapin ang aking kapatid. Matagal na panahon ko rin kasi itong hindi nakikita. Nangangamba ako na baka galit ito sa akin dahil hindi ko man lang siya naipagtanggol noon sa mga Eire.

Naninikip ang dibdib ko sa tuwing naaalala kong wala man lang akong nagawa para sa kanila ni Dada. Alam kong napilitan lang din itong manirahan sa Pilipinas, para maprotektahan ako sa kasalukuyang sakim na nauupo bilang Reyna ng aming kaharian.

Nasasaktan akong isipin na iniwan ng kapatid ko ang masagana at marangyang buhay niya roon para sa akin. Minsa'y napapaisip nalang ako kung talaga ngang magkapatid kami, sapagkat marami kaming pagkakaiba sa lahat ng bagay. Alam kong kakaiba ako, pero wala pa iyon sa kalahati ng kakayahan ni Azmaar.

Bakit ba hindi ko mapalabas ang sinasabi nilang kakaiba kong lakas?

Bakit tanging ako lang ang hindi makakontrol ng sinasabi nilang kapangyarihan?

"Aeryn, we're here." Pukaw ni Zarkin sa lumilipad kong isipan.

"Help him." Wika ko, habang na kay Axe nakatuon ang aking paningin na maingat namang nakaalalay sa kaniyang kaibigan.

Agad namang bumaba ng sasakyan si Zarkin upang tulungan si Axe na akayin ang kaibigan nito. Humugot muna ako ng isang malalim na hininga bago bumaba ng sasakyan, kapagkuwa'y sumunod ako sa mga ito papasok sa ospital. Awtomatiko akong natigilan nang matanaw ko kaagad ang mukha ng aking kapatid. Pakiramdam ko'y nag-iinit ang aking mga mata, sapagkat may kung anong likido ang gustong kumawala mula roon.

Sa tuwing nasisilayan ko si Azmaar, pagkahabag ang nararamdaman ko para rito. Bagamat batid kong masaya ito sa napili niyang propesyon, alam kong nahihirapan itong makapag-adjust sa mundong ibang-iba sa kaniyang kinalakihan.

Inihilig ko ang aking likod sa ding-ding ng pasilyo. Kapag-kuwa'y pinagkrus ko ang aking mga braso habang deretsong nakatingin kay Axe na noo'y natataranta, dala siguro sa labis na pag-aalala sa kaniyang kaibigan. Bahagya kong iniayos ang aking likod mula sa pagkakasandal nang mahagip muli ng aking paningin si Azmaar, nakangiti ito't deretsong nakatingin sa akin.

Hindi sya galit sa'kin?

Inaasahan kong hindi maganda ang mangyayari, kung makikita niya ako rito sa ospital na kaniyang pinaglilingkuran. Subalit ang mga haka-hakang iyo'y taliwas sa kung ano ang ipinapakita nito ngayon sa akin. Matamis itong nakangiti na para bang masayang-masaya pa ito sa aming pagkikita. Klinaro ko ang aking lalamunan nang mapagtanto kong papalapit ito sa akin.

"How is he?" Agad na tanong ko kahit hindi pa man ito lubusang nakakalapit sa akin.

"Good thing, hindi gano'n ka-grabe ang natamo nyang pinsala sa likuran. Pero kailangan pang magsagawa ng iba pang test, to make sure na walang nabali sa mga buto nya." Nakangiting aniya.

"Magkakilala kayo?" 'Di kalayuang sabad naman ni Axe mula sa likuran ni Azmaar.

"Do you know my sister?" Baling naman ni Azmaar rito.

Nakita ko ang pagkabigla sa itsura ni Axe, na para bang hindi ito makapaniwala sa kaniyang narinig. Awtomatiko itong napayuko nang magtama ang aming mga paningin.

"Do everything you can to make his recovery fast." Sabad ko upang maiba ang takbo ng usapan.

"Yes, your highness." Natatawa namang tugon ni Azmaar.

Ginulo-gulo pa nito ang aking buhok nang tuluyang makalapit

sa aking kinatatayuan. Ito ang lagi niyang ginagawa kahit noong mga bata pa kami. Ito ang kaniyang paraan upang kunin ang aking atensyon.

Napukaw ang aming atensyon nang lumapit ang isang nurse upang ipaalam na gising na ang kaibigan ni Axe. Agad kaming kumilos upang tingnan ang kalagayan nito. Nakahinga ako ng maluwang nang makita kong masigla itong ngumiti kay Axe.

Samantala, nahagip ng aking paningin si Zarkin na noo'y abala sa pakikipag-usap sa kaniyang telepono. Bagamat pigil ang tinig nito sa pagsasalita'y alam kong galit ito sa kaniyang kausap. Napapailing ako habang matiim lang na nakamasid sa kanya.

Sino kaya ang kausap nya?
Bakit gano'n nalang ang galit nito sa kaniyang kausap?

Sa totoo lang marami akong gustong itanong kay Zarkin mula ng dumating ito sa aming paaralan. Ngunit ayukong paghinalaan ang mabuting pakikitungo nito sa amin ni Dada, at lalong-lalo na sa akin. Malaki ang utang na loob ko sa mga magulang nito noong nasa kamay pa ako ng mga Eire. Palaging sinasabi ng aking isip na hindi nito kayang baliin ang tiwalang mayroon kami para sa kaniya.

Pero bakit gano'n? Iba ang nararamdaman ko, kumpara sa sinasabi ng aking isipan?

Chapter 9

Suspicion

Axe

Tinawagan ko ang parents ni Cree upang ipaalam sa mga ito ang nangyari. Ngunit katulad ng inaasahan naming magkaibigan ay nasa labas ng bansa ang mga ito para sa kanilang negosyo. Hindi man ipakita ni Cree ang pagkadismaya'y nakikita ko naman iyon sa kaniyang mga mata.

"Creezando!" Humahangos na anang isang matanda mula sa bungad ng pintuan.

"Lo—" naluluhang baling ni Cree sa matanda.

"Anong nangyari? Sinong may gawa nito sa apo ko?" Mangiyak-ngiyak na deretsong tanong nito sa akin.

"Lo, calm down, I'm good." Pilit na ngiti ni Cree sa kaniyang Lolo.

"Hindi ako papayag na walang managot nito, Creezando." Anang matanda, kapagkuwa'y banayad na hinaplos ang mukha ng apo.

"Hindi po namin nakilala ang mga suspect, dahil may mga takip sila sa mukha." Nakayuko at nahihiya kong sinabi.

"I think, I know them." Sabay-sabay kaming napalingon sa nagmamay-ari ng tinig na iyon. "But—I'm not one hundred percent sure," dagdag pa nito.

"Akala ko umuwi kana," kunot-noong baling ko kay Aeryn.

"I was about to, pero nakita kong bukas ang pintuan nyo. Isasara ko lang naman sana, and—sinagot ko lang din ang tanong ng Lolo." Mahabang paliwanag nito.

Napalingon kami ni Cree sa Lolo niyang bahagyang napahalukipkip ng tawa, habang pinapahiran ng panyo ang namuong mga luha nito kanina.

"And who are you? Deretsong tingin ng Lolo ni Cree kay Aeryn.

"I'm Aeryn," tipid namang sagot ng isa.

Hinilut-hilot ko ang sumasakit kong sintido. Hindi ako makapaniwala na ganoon lamang ito sumagot sa matandang kausap.

"Sinabi mong nakilala mo ang gumawa nito sa apo ko, sino sila?" Seryosong tanong ng matanda.

"Yeah, but not so sure yet." Deretso namang sagot ni Aeryn.

"Kung gano'n, maaari mo bang sabihin sa amin kung sino ang suspect mo?" Muling tanong ng matanda

"Kasmeer Soriano's group." Tugon naman ni Aeryn.

Nagkatinginan kaming dalawa ni Cree, at parehong nanlaki ang aming mga mata sa sinabing iyon ni Aeryn. Makikita sa mga mata nito na sigurado nga siya sa kaniyang sinasabi.

"Paano ka nakasisiguro?" Bulalas ko.

"From their eyes. I knew—I saw it," aniya.

Awtomatiko akong napapikit at napahilot muli sa aking sintido. Sumasakit talaga ang ulo ko sa babaeng ito.

Pa'no syang nakasisiguro gayong mata lang naman pala ang

nakita nya? Pa'no naming sasabihin sa mga pulis na nakita nya ang mata ng mga 'yun?

"Kung tutuusin may point si Aeryn." Baling naman sa akin ni Cree. "Sila lang naman ang may kakayahang gawin sa'tin 'to." Dagdag pa niya.

"Pero pa'no natin 'to ipapaliwanag sa mga pulis, sige nga?" Nawawalang ganang saad ko.

"Aeryn—let's go, your father called. Nagtatanong bakit wala ka pa raw sa inyo." Agaw eksena ng bagong dating na si Zarkin.

"Sakaling kailanganin namin ang statement mo, pwede ka ba naming ipatawag?" Anang Lolo ni Cree na kay Aeryn nakatuon ang paningin.

"Tawagan nyo nalang po ako," sabad naman ni Zarkin.

"At bakit ikaw?" Iritableng baling ko rito.

"Dahil kasama nyo rin naman ako, hindi ba?" Seryosong anito. "Ito po ang numero ko. Maaari nyo po akong tawagan, anytime." Ani Zarkin, at nagmartsa papalapit sa Lolo ni Cree. Kapagkuwa'y iniabot ang isang tarheta sa matanda.

"Salamat," anang Lolo.

"Mauuna na po kami," magalang namang paalam ni Zarkin.

Wala kaming nagawa kun'di sundan nalang sila ng tingin habang papalayo.

"Magpalakas ka, ako na ang bahalang pumunta sa istasyon ng pulisya." Baling ng Lolo kay Cree.

"Salamat Lo, and I'm sorry." Nakayukong ani Cree na tila ba nahihiya sa sariling Lolo. "Paano nyo po palang nalaman?" Malungkot na tanong pa nito sa matanda.

"Your Mom and Dad called me, kaya nagmadali akong pumunta rito kahit nasa meeting ako." Tugon naman ng matanda.

"Mabuti ka pa," ani Cree na hindi maitatanggi ang hinanakit sa kaniyang tinig.

"Ikaw nalang ang bahalang umintindi. Nasa Spain sila dahil inutusan ko silang puntahan ang business natin doon. Malayo ang Spain, kaya hindi sila agad na makakauwi. Patawarin mo ang Lolo." Malungkot rin na anang matanda habang pinipisil pa ang hawak na kamay ng apo.

"Okay lang po, malapit narin naman akong masanay na wala sila palagi sa tabi ko." Garalgal nang tinig ni Cree. "Ilang-birthdays ko rin naman na ang napalagpas nila. Ngayon pa ba naman ako magtatampo." Mapait na wika ni Cree, habang pinipilit na ngumiti sa harap ng kaniyang Lolo.

Ni minsan hindi ko narinig na magreklamo si Cree tungkol sa kaniyang ama't-ina. Alam kong itinatago nya lamang ang lahat ng hinanakit na mayroon siya sa sariling mga magulang. Hindi ko alam kung paano mapapagaan ang kalooban nito. Sapagkat maging ako'y hindi alam kung paano siyang mapapayuhan sa usaping pamilya, dahil malayo ang pagkakaiba ng aming mga magulang. Lumaki akong laging nasa tabi ko ang aking ina't-ama sa tuwing kailangan ko ang mga ito. Samantalang ang kaibigan ko'y tanging yaya nya lamang at mga kasambahay ang laging nakakasama, o 'di naman kaya'y ang kaniyang Lolo. Hindi ko ipinapakita kay Cree ang pagkahabag na aking nararamdaman, sapagkat ayaw nitong kinakaawaan siya nang kahit na sino.

Naiwan kami ni Cree sa ospital, dahil kinailangang umalis ng Lolo niya upang mag-report sa istasyon ng pulis—kaugnay sa mga nangyari. Hindi ko parin lubos maisip kung sino ang may lakas ng loob na saktan kami, gayong nasa loob kami ng aming paaralan.

"Hindi ka pa ba uuwi?" Basag ni Cree sa katahimikan.

"Dito na muna ako, sasamahan kita hanggang sa makabalik ang Lolo mo." Nakangiting tugon ko.

"Baka mag-alala sila Tito at Tita sa'yo." Seryosong aniya.

"Tinawagan ko na sila kanina na kasama kita, kaya walang problema dun." Paliwanag ko.

"Alam nilang nasa ospital tayo?" Gulat na tanong nito.

"Syempre hindi, para namang hindi mo kilala ang Mummy ko. Susugod 'yun dito 'pag nalaman nya ang nangyari. Bukas nalang siguro ako magpapaliwanag." Kamot-ulong wika ko.

"Loko! Baka pag-uwi mo hambalos ang bubungad sa'yo, dahil hindi ka nagsabi agad." Natatawang aniya.

"Well, saka ko nalang poproblemahin 'yun." Nakangusong saad ko.

"Axe..." mahihimigan ang kaba sa tinig na iyon ni Cree.

"Bakit? May masakit ba sa'yo?" Buong pag-aalalang nilapitan ko ito.

"May pakiramdam akong may kinalaman rito ang kaibigan ni Aeryn." Seryosong aniya.

"Ano? Si Zarkin?" Gulat na bulalas ko. "Pa'no mong nasasabi 'yan, Cree?" Kunot-noong tanong ko.

"Kasi—nakita ko ang isa dun sa mga umatake sa atin. Meron syang parang bilog na tattoo sa batok. At kanina habang inaalalayan nyo 'ko ni Zarkin papasok dito sa ospital, nakita kong meron din syang ganoong tattoo, sa batok din." Mahabang litanya nito.

"E—bakit ngayon mo lang sinabi? Tapus sumang-ayon ka pa sa sinabi ni Aeryn na baka ang grupo ni Kasmeer ang may kagagawan nito sa'tin." Naguguluhang wika ko.

"Kasi nga hindi rin ako sigurado. Atsaka pwede rin namang nagkapareho lang din sila ng tattoo, gano'n." Napapakamot sa ulo na kaniyang dahilan.

"Sinasabi ko na nga ba't tama ang pakiramdam ko sa Zarkin na 'yun. Mukhang hindi mapagkakatiwalaan ang awra ng taong 'yon." Napapaisip kong sinabi. "Dapat nating ipaalam 'to kay Aeryn."

Seryosong dugtong ko pa.

"Sa tingin mo paniniwalaan nya tayo, kumpara dun sa kaibigan nya? Hindi lang sila basta magkaibigan, Bro. Baka nakakalimutan mong matalik daw silang magkaibigan, 'di ba?" Anito't pinandilatan pa ako ng mga mata.

Malalim akong napabuntong-hininga sa sinabing iyon ni Cree, sapagkat alam kong tama ang mga sinabi nito.

Napasabunot ako sa sarili kong buhok dahil sa malalim na pag-iisip. Hindi ko alam kung paano itong sasabihin, o ipapaalam kay Aeryn. Bukod pa roo'y hindi ako sigurado kung paniniwalaan nga ako nito. Dahil sino nga ba naman ako para paghinalaan nang masama ang matalik niyang kaibigan.

Chapter 10

Impending Danger

Aeryn

Nasa bukana palang kami ng pintua'y natanaw ko na agad mula sa hindi kalayuan si Ruffer, naghihintay sa aking paglabas. Nagmamadali itong lumapit nang ako'y matanaw na papalabas sa ospital.

"My Lady! Are you hurt?" Humahangos na aniya, at mababakas ang labis na pag-aalala.

"I'm fine," kunot-noong tugon ko.

"But, what are you doing here at the hospital?" Nagtatakang tanong niya.

"I'll explain later," tipid na tugon ko.

Pinagbuksan ako nito nang pintuan ng sasakyan, at laking gulat ko nang makita ko sa loob niyon si Dada, abala sa pagbabasa ng pahayagan. Napakurap pa ako nang mag-angat ito ng paningin sa akin. Papasok na sana ako sa loob ngunit natigilan ako nang maramdaman ko mula sa aking likuran si Zarkin.

"Lá maith a dhuine uasail." Pagbati ni Zarkin ng magandang-araw.

Tumango lang si Dada sa kanya, kapagkuwa'y tinapunan ako nang malalim na tingin.

Bumaling ako kay Zarkin. "Magkita nalang tayo sa schol bukas."

"Okay, mag-iingat kayo sa biyahe." Nakangiting aniya't bahagya pang yumukod bilang pagbigay respeto sa aking ama.

Isinara ni Ruffer ang pintuan nang ako'y makasakay. Habang binabaybay namin ang daan pauwi ng bahay—panay naman ang pagsulyap ko kay Dada, sapagkat tahimik lang ito't hindi maalis ang paningin sa pahayagang hawak-hawak.

"Cathain a tháinig tú ar ais, shíl mé go raibh tú sa Fhrainc." Basag ko sa katahimikan.

Inakala kong nasa France parin ito, sapagkat wala namang nabanggit sa akin si Ruffer na nakabalik na ito ng bansa.

"Anois féin," aniya ay ngayon lang. Tumugon ito nang hindi man lang ako nililingon.

Napahugot ako ng malalim na hininga bago muling nagsalita. "You won't ask me what I did there?" Pangtutukoy ko kung saan ako pumaroon.

"Did you see him? How is he?" Seryosong tanong nito, kapagkuwa'y tiniklop ang hawak niyang pahayagan.

"So, you knew?" Hindi makapaniwalang saad ko. "Does that mean you don't even visit him where he stays?" Napapailing kong wika. "You're unbelievable, Dada." Nadidismayang dagdag ko pa.

"I don't know how to deal with him now." Mahihimigan ang lungkot sa kaniyang tono.

"He's your son, and you knew him very well. He can understand you no matter what your alibi is." Seryosong winika ko.

Iniabot niya sa akin ang pahayagang kanina pa niya binabasa. Wala naman pag-aatubiling kinuha ko iyon at masuring tiningnan.

Napaawang ang bibig ko nang makita kong nasa front page ang mukha ng aking kapatid. At ayon roo'y matagal na daw itong nawawala. Nakalagay din doon kung sino ang dapat nilang kontakin kung sakaling mayroon makakita, o makakilala rito.

Gulat akong bumaling kay Dada. Napalunok ako sapagkat hindi ko alam kung ano ang dapat kong sabihin.

"I went home to intercept all the newspapers that published this news," aniya.

Nakaramdam ako ng takot—hindi lamang para kay Azmaar, kun'di para sa aming lahat. Kung nakaabot na ang balitang ito rito'y isa lang ang ibig sabihin niyon, alam na nang Banríon na naririto kami sa bansang ito.

"Promise me that no matter what happens, you will not use your ability to save anyone. Even me and your brother." Maawtoridad na baling nito sa akin.

"Dada..." bulalas ko naman.

Hindi ko maintindihan kung bakit pinipigilan niya akong gawin ang bagay na ito, gayong iyon naman talaga ang plano naming mangyari—ang palabasin ang aking tunay na kakayahan. Siya pa nga ang nagbigay ng permiso kay Zarkin upang sanayin akong kontrolin ang aking kapangyarihan.

"Aeryn Luna..." tawag nito sa buo kong pangalan.

Sa tono palang nito'y alam ko na agad ang ibig niyang ipahiwatig. Kapag binanggit na nito ang aking buong pangala'y hindi na ako pwedeng kumontra pa. Sa halip na lingunin ay nag-iwas nalang ako ng paningin. Bahagya kong ibinaba ang bintana ng sasakyan at lumanghap ng hangin mula roon.

<u>KINABUKASAN</u>

Matamlay akong pumasok sa paaralan, sapagkat halos buong-gabi akong walang-sapat na tulog sa kakaisip sa magkaibigang Axe, at Cree. Dahil gumugulo sa aking isipan kung ligtas bang nakauwi ng bahay si Axe kahapon. Inaasahan ko nang hindi sila makakapasok ngayong araw dahil sa nangyari.

"Aeryn," tinig ni Hillary mula sa aking likuran. "Nabalitaan mo na ba ang nangyari kahapon?" Anito nang tuluyang makalapit sa akin.

Ang bilis naman kumalat ng balita sa paaralang 'to.

"Nasa faculty lahat ng mga teachers, ini-interrogate ng mga pulis." Pabulong pang dagdag nito.

"Pulis?" Ulit ko sa huling sinabi niya.

"Oo, may nakapasok daw kasi dito kahapon na mga masamang tao. At dahil dun, kaya nasa ospital daw si Cree." Malungkot na pagsasalaysay nito.

"Si Axe?" Awtomatikong tanong ko.

"Si Axe—ayun kasama ng mga teachers sa faculty, kasi sya ang kasama ni Cree kahapon." Deretso niyang sagot.

Hindi ko maintindihan kung bakit parang nabunutan ako ng tinik sa dibdib nang marinig kong narito ito ngayon.

"Luna..." humahangos na ani Zarkin. "Sa'n ka ba galing? Kanina pa kita hinahanap. Pinapatawag ka sa faculty, ngayon na." Habol-hiningang anito.

"Ha? bakit?" Nagtatakang sabad naman ni Hillary.

Malalaki ang hakbang na tinungo ko ang faculty, habang patakbo namang nakasunod sa aking likuran sina Zarkin at Hillary. Kabado akong natigilan sa bungad ng pintuan nang tumambad sa aking paningin si Azmaar, na kalmadong nakaupo sa tabi ni Axe.

Anong ginagawa nya rito?

"O—nandito na pala sya e," anang school Dean. "Ms. Hill, come in." Malumanay na tinig ng punong-guro.

Nakayuko akong pumasok sa faculty, sapagkat iniiwasan kong tingnan si Azmaar. Naramdaman kong nakasunod naman sa aking likuran si Zarkin, samantalang si Hillary ay hindi pinahintulutang makapasok nang nakabantay doon.

"They already gave their statements, and the police wanted to confirm the involvement of your fellow classmate's, Kasmeer Soriano. As you said it to the grandfather of your other classmate's, Creezando Baltazar—the victim." Mahabang litanya ng Dean habang nakatuon sa akin ang paningin.

"But she said, she's not so sure about it." Sabad ng aking kapatid na si Azmaar.

"Anong masasabi mo tungkol doon sa nangyari, Ms. Hill?" Seryosong tanong ng Dean.

"Hindi po ako sigurado kung grupo nga nila Kasmeer 'yong umatake sa kanila."Nakayuko kong wika.

"Nabanggit ng Kuya mo na nag-aral ka daw ng martial-arts sa England. Mahusay ang ginawa mo, Ms. Hill. Salamat sa pagligtas sa dalawa mong kamag-aral." Sinserong saad pa nito.

Hindi ko man tingnan ang mukha nang mga naroo'y ramdam ko naman ang tensyon, gawa ng masasamang tingin sa akin ng grupo ni Kasmeer.

"Ikaw Zarkin? Ano ang masasabi mo sa gulong nangyari?" Makahulugang baling ni Axe rito, na ikinatingin nang lahat kay Zarkin.

"Well, hindi ko alam dahil may takip ang mga mukha nila 'di ba?" Sagot naman ni Zarkin.

"E—pa'no mo ipapaliwanag na meron kang kaparehong tattoo

sa mga taong sumugod sa amin?" Matalim na tingin ni Axe kay Zarkin.

Awtomatikong tumayo si Azmaar mula sa kaniyang kinauupuan. Inilang hakbang nito ang kinatatayuan ni Zarkin na ikinagulat naman ng lahat. Hinawakan nito sa braso si Zarkin, at hinila ang kuwelyo ng uniporme nito mula sa likuran. Nakita kong nakahinga ng maluwang si Azmaar nang makita ang batok nito.

"Anong tattoo ang sinasabi mo, huh?" Pabulyaw namang baling ni Azmaar kay Axe.

"Hugis bilog na tattoo, ayon ang sabi ng kaibigan kong nakita nya." Gulat namang tugon ni Axe.

Kumuyom ang mga kamao ni Azmaar, habang nagpapalipat-lipat ang paningin nito sa pagitan nila Axe at Zarkin. Hinawakan ko sa kamay si Azmaar upang pakalmahin ito. Maging ako'y naguguluhan sa kanilang pinag-uusapan. Hindi maproseso ng aking utak kung anong tattoo ang sinasabi nila.

"Sa tingin ko hanggang dito nalang muna ang aming pag-iimbistiga. Babalik nalang kami kapag meron kaming bagong lead. I-re-review pa muna namin ang CCTV na galing sa inyo. Salamat sa kooperasyon." Baling ng pulis sa punong-guro.

"Salamat Chief," tugon naman ng Dean sa mga ito.

"Mauuna na po kami," magalang na paalam ng mga pulis.

Humupa ang tensyon sa loob ng silid na iyon nang tuluyang makalabas doon ang mga eksperto.

"Bumalik na kayo sa inyong mga classroom." Anang Dean na sa amin nakatuon ang paningin. "Thank you for your cooperation." Pahabol pa nito.

"Anong tattoo ang sinasabi mo?" Pang-uusisa naman ni Zarkin kay Axe, nang makalabas kami sa faculty.

"Patingin nga ng batok mo," ani Axe at agad na lumapit kay Zarkin.

"Loko-loko ka pala uh! Nag-iimbento ka ng kuwento." Mahihimigan ang galit na tono ni Zarkin.

"Ikaw ang loko-loko! Malay ko ba kung binura mo lang 'yung tattoo, o baka naman tinakpan mo. Who knows?" Malakas narin na boses ni Axe.

"Ano bang tattoo ang sinasabi nyo ha?" Naiiritang baling ko sa kanilang dalawa.

"Wag kang gagawa nang kuwento kung hindi ka sigurado!" Pabulyaw na sinabi ni Zarkin sa mukha ni Axe.

"Hindi gumagawa ng kuwento ang kaibigan ko!" Pasigaw na tugon naman ng isa.

"Enough!" Malakas na tinig ni Azmaar na nakapagpatigil sa pag-aamok ng dalawa. "Luna, follow me." Maawtoridad na baling sa akin ng aking kapatid.

Awtomatiko naman akong napasunod kay Azmaar, subalit panay ang aking paglingon kina Axe at Zarkin—na noo'y inaawat na nang aming mga kaklase.

"You really trust that Zarkin?" Makahulugang tanong nito sa akin, habang patuloy lang ang kaniyang mga paa sa paghakbang.

"What do you mean?" Buong pagtataka kong wika.

Huminto ito sa paglalakad, kapagkuwa'y hinarap ako. "Not everyone who treats you well is nice, and not everyone who treats you badly is bad." Makabuluhan nitong sinabi.

"Pero, hinahayaan sya ni Dada na makalabas-pasok sa bahay." Tugon ko.

Bahagya itong natawa, at banayad akong hinawakan sa magkabilang balikat. "Did you forget what he always says? If you want to win the battle, make your enemies closer." Seryosong aniya.

"But I owe him my life," malungkot kong sinabi.

"You owe him nothing. That was destined to happen." Aniya sa malumanay na tinig. "Kung totoo man ang sinasabi ng Axe na 'yun tungkol sa tattoo, you should be aware—na baka magkasabwat sila ng Banríon, to make it closer to you." Gigil na tono ni Azmaar.

"Pero wala kang nakita na marka sa batok nya, hindi ba?" Pangungumbinsing tinig ko.

"Yeah, but I feel something is not right. And that's what I'll find out soon."

Kapagkuwa'y ginawaran ako ng isang mahigpit na yakap.

Napalunok ako sa mga katagang binitawan ni Azmaar. Nakukuha ko ang kaniyang pinupunto, ngunit sadyang hindi lang iyon kayang tanggapin ng aking puso't-isipan.

Hindi ko kayang tanggapin na ang nag-iisa kong kaibigan ay kaya akong traydurin at saktan. Hindi ko kayang isipin na masasaktan lang namin ang isa't-isa sa huli.

Chapter 11
Motive

Kasmeer

"**B**oss, ipinatawag mo raw ako?" Kabadong bungad kong tanong.

Mas lalo akong kinabahan nang hindi ako nito lingunin kaagad.

Napalunok nalang ako nang umikot ang upuan nito papaharap sa aking kinatatayuan. "Bakit kayo sumugod dun ng wala man lang pahintulot sa akin?" Aniyang may nakakatakot na tingin.

"B-boss, gusto lang naman sana naming turuan ng leksyon ang mayayabang na mga 'yun." Nauutal kong sagot.

"Sa uuliting gagalaw ka na walang pahintulot mula sa akin, hindi mo magugustuhan at ng mga bata mo ang mangyayari sa inyo." Seryoso't deretsong pagkakasabi nito.

Hindi ako makatingin ng deretso rito, sapagkat nilulukob ako ng takot at kaba, ni hindi ko nga magawang makasagot kaagad.

"If you touch her, I will kill you with just my bare-hands along with your men." May pagbabantang anito bago tumayo at mabilis na nagmartsa palabas ng silid.

Ikinagulat ko pa ang malakas na kalabog mula sa pintuan nang sumara iyon.

Si Axe lang naman talaga ang pakay namin ro'n. Hindi naman namin sukat-akalain na bigla nalang susulpot si Aeryn dun.

Hindi ko rin inaasahan na magaling pala makipaglaban ang babaeng iyon, sapagkat hanggang ngayo'y iniinda ko parin ang sakit sa aking buong katawan, na ikinabali pa yata ng buto ko sa paa.

Hindi ako papayag na hindi ito pagbabayaran ng Axe na 'yun.

Naudlot ang pinaplano kong makaganti nang biglang bumukas ang pinto't iniluwa niyon si Spade. "Tol! Nandito ka lang pala, kanina ka pa namin hinahanap." Humahangos na aniya.

"Bakit?" Naiirita namang baling ko rito.

"Alam mo na ba na ni-re-review na ngayon ng mga pulis ang CCTV na nakuha nila sa school natin?" Kabadong tanong nito.

"Ang bobobo nyo kasi! Ni hindi nyo man lang naisip na maraming nagkalat na CCTV dun sa school natin. Wala man lang nakaisip sa inyong takpan ang mga 'yun." Iritableng saad ko.

"Wow! Ha! Nagsalita ang may isip." Biglang sulpot naman ni Tony sa bukas na pintuan.

Nagtagis ang mga bagang ko sa narinig kong iyon.

Inilang hakbang ko ang pagitan mula sa aming kinatatayuan, at mabilis kong hinablot ang kuwelyo ng suot nitong uniporme. "Anong sabi mo?" Nagtatagis na mga ngipin kong tanong.

"Ano ba kayong dalawa. Hindi ito ang tamang oras para magtalo-talo tayo dito." Ani Spade, na pilit iginigitna ang kaniyang sarili sa pagitan namin ni Tony. "Hindi naman siguro tayo hahayaan ni Boss na maimbestigahan." Dagdag pa nito upang pahupain ang tensyon.

Humahangos akong lumayo sa kanilang dalawa at nagpipigil nang galit na aking nararamdaman. Hindi ako pwedeng ipatawag sa istasyon ng pulisya, sapagkat hindi ito pwedeng makarating sa aking ama.

"Bakit ka ipinatawag ni Boss dito nang hindi kami kasama?" Tanong ni Tony.

"Wag daw natin gagalawin ang babaeng 'yun." Siring ko.

"Bakit daw? E—hindi pa tayo nakakaganti sa ginawa sa'tin no'n a!" Bulalas naman ni Spade.

"Hindi ko rin alam, basta 'yun ang kabilin-bilinan nya." Sagot ko.

"Walang'ya naman o, mukhang tinamaan pa yata si Boss sa babaeng 'yun a." Napapakamot-ulo na ani Spade.

"Ano nang plano mo ngayon?" Seryoso namang sabad ni Tony.

"Ano pa ba? Hindi ako papayag na walang managot sa bali kong buto sa paa." Sarkastikong sagot ko naman.

"Ano na naman 'yang pinaplano mo?" Seryosong baling naman sa akin ni Spade.

"Ano pa nga ba? Magtaka ka, kung sa araw-araw ay meron 'yang naiisip na maganda," ani Tony.

Sarkastiko nalang akong natawa sa binitiwan nitong salita. Kapagkuwa'y tinalikuran na lamang kami nito nang walang-pasabi.

"Anong binabalak mo?" Pang-uusisa ni Spade.

"Byernes na bukas, 'di ba? 'Yon ang araw ng program sa school natin. Sakto—busy ang lahat, magkakaro'n tayo ng chance makaganti." Natatawa kong sinabi.

"Pa'no?" Kunot-noong aniya.

"Basta, akong bahala." Pagkasabi niyo'y bigla nalang akong

napahalakhak. Samantalang kamot-ulo namang napapaisip sa aking tabi si Spade.

<u>ARAW NG BYERNES</u> (UMAGA)

Nagmamadali akong pumasok ng classroom nang makita kong nakaupo na si Spade sa sarili nitong upuan, at tahimik na nagmamasid.

Ang aga ng loko.

Mabilis akong umupo sa aking upuan na katabi naman ng upuan nito. "Spade, kailangan ko ng tulong mo." Bulong ko rito.

"Ha? Bakit ako? Si Tony nalang." Angal naman nito.

"Alam mo namang badtrip pa ang isang 'yun sa'kin, " mariin kong sinabi.

"Ano ba 'yun?" Tanong niya.

"Habang ginaganap ang program, umisip ka ng paraan kung paano mapapapunta sa gym si Axe." Seryoso kong tinuran.

"Parang ang hirap naman yata nyang pinapagawa mo sa'kin, Tol. Alam mo namang allergic sa'kin 'yun."

"Sige na—mapapunta mo lang sya sa gym, ako nang bahala." Pangungulit ko pa.

"Oo na, oo na. May magagawa pa ba naman ako." Napapatangong pagsang-ayon nalang nito na lihim ko namang ikinatuwa.

"Wala yata sila?" Palinga-linga kong tanong nang hindi ko makita sina Axe at Aeryn sa kanilang mga upuan.

"Excuse ang mga 'yun, kasi sila ang magpe-perfom mamaya 'di ba. Malamang nasa Stadium ang mga 'yun, nagre-rehearse. Sinundo pa nga sila ni Ma'am Cruz dito kanina." Mahabang paliwanag naman ni Spade.

Ilang-sandali pa'y dumating narin si Tony, wala parin itong

kibo. Hindi man lang ako nito tiningnan at tahimik lamang habang tinutungo ang kaniyang upuan, na nasa likuran naman ni Spade.

"Ano bang problema mo ha?" Hindi na nga ako nakatiis pang hindi ito harapin.

"Tol! Mamaya na 'yan. Kapag dumating si Mrs. Lopez, at nakita kayo, mayayari na naman tayo." Awat sa akin ni Spade.

"Kung hindi padalos-dalos ang plano mo, wala sana sa ospital ngayon si Ace. Nabalian lang naman ng buto sa leeg ang kaibigan natin. Buti nga buhay pa, kung hindi malaking problema na naman 'to ng Daddy mo. At panigurado ilang-araw kana namang hindi makakapasok, dahil bugbog sarado kana naman sa sarili mong ama." Mahabang litanya ni Tony na lalong nagpainit at nagpakulo sa aking dugo.

"Tony, 'wag ka ng sumagot. Pinapahaba mo lang e—" baling naman ni Spade rito.

"At bakit hindi? Ni hindi man lang nga kayo nag-abalang dalhin si Ace sa ospital. At ito pa ang malala, hindi nyo na nga dinala sa ospital—hindi nyo pa dinalaw." Matutunugan ang galit sa tono ni Tony nang sabihin iyon.

"Yun ba talaga ang pinagpuputok ng butse mo ha? O 'yung mga bayarin sa ospital? 'Wag kang mag-alala, ako ang a-ako sa lahat ng babayaran dun." Sarkastiko kong sinabi.

"Dyan ka magaling, ang tapalan ng pera ang lahat nang mga gusot mo." Sarkastiko rin nitong sagot sa akin.

Inundayan ko ito nang kamao na agad namang naawat ni Spade. "Tol, tama na 'yan. Parating na ang teacher natin."

Ilang-sandali pa'y dumating na nga si Mrs. Lopez, ang teacher namin sa first subject tuwing umaga. Humahangos akong padabog na umupo habang nakakuyom parin ang aking mga kamao. Awtomatiko akong napayuko nang mapansin kong matiim na nakamasid sa akin ang aming guro.

Lalong nagpupuyos ang aking damdamin sa matinding galit. Mula nang dumating ang Aeryn na iyon dito sa paaralang ito parang lahat nalang yata ng gawin ko'y mayroong kumukontra. Maging ang aking mga kaibiga'y hindi narin sumasang-ayon sa mga gusto kong gawin.

Pagbabayaran nyo 'to ng malaki—Aeryn, at Axe.

Chapter 12

Awakening

Axe

Maaga akong gumising at naghanda para sa pagpasok, dahil ayukong mahuli ngayong araw sa eskuwela. Habang naliligo'y hindi maalis ang mga ngiti sa aking labi, gawa nang mga naglalarong istorya na umiikot sa aking imahinasyon.

Pagkatapos maligo'y inihanda ko naman ang mga bagay na kailangan kong dalhin para sa aming performance mamaya. At nang masigurado kong wala na nga akong nakalimutan pa'y inatupag ko naman ang aking sarili upang magbihis. Masaya ako ngayong araw na ito, sapagkat hindi ko kailangang magsuot ng uniporme, kaya nama'y makakapili ako ng kasoutang naaayon sa aking gusto.

Napalingon ako nang marinig ko ang katok na nagmumula sa pintuan ng aking silid. "Come in," wika ko. Napakunot ang aking noo nang bumungad sa aking paningin ang kaibigan kong si Cree. "Anong ginagawa mo rito? 'Di ba dapat nasa ospital ka, at nagpapahinga." Istriktong tinuran ko.

"Bagot na bagot na ako dun, atsaka na-miss kita Bro." Aniya habang natatawa sa sariling sinabi.

"Ew! Ka! Creezando!" Kunwaring nan'didiri kong sinabi.

Pinagmasdan ko ito mula ulo hanggang paa, at nanumbalik ang galit ko sa grupong sumugod sa amin kamakailan lamang. Lalong nagtagis ang mga bagang ko nang makita ko ang mga bendahe nito sa braso at mukha, dulot nang mga galos at sugat na gawa ng pag-atake sa amin.

"Ayos ka lang ba? Wala na bang masakit sa'yo?" Pag-aalalang tanong ko.

"Okay na 'ko, 'wag kang mag-alala. Atsaka, maaga talaga ako nagpa-discharge para mapanood ko ang performance mo mamaya," nakangiting aniya.

Tinapik ko ito sa balikat na agad namang nagpaigtad sa kaniya. "Aw!" Bulalas nito sa akin.

"Sorry—Bro, masakit ba?" Puno nang pag-aalalang tanong ko.

"Syempre, masakit! Tamaan mo ba naman ang sugat ko, malamang masakit 'yun." Nakangiwing anito.

"Sorry na," seryosong paghingi ko ng tawad. "Alam ba ng Lolo mo na nandito ka?" Pang-iiba ko sa usapan.

"Sya pa nga naghatid sa'kin dito," aniya habang panay ang haplos sa kaniyang braso.

"Kumusta na nga pala ang imbistigasyon?" Seryosong tanong ko.

Humugot nang malalim na hininga si Cree, at dahan-dahang naupo sa sofa na nasa paanan ng aking kama. Matiim ko siyang pinagmasdan, at makikita sa mukha nito ang matinding pagkadismaya.

"Malabo daw 'yung CCTV na nakita nila. Hindi nila matukoy kung talagang grupo nga nila Kasmeer 'yun. Kailangan daw ng mas matinding ebidensya bago sila arestuhin. Hindi daw sapat 'yung nakuha nila sa school natin." Bagsak balikat na pagsasalaysay nito.

Awtomatikong napakuyom ang aking mga kamao sa aking mga narinig. Sa kuwento palang ni Cree, alam ko nang may cover-up na nangyayari. At hindi malabong mangyari iyon, sapagkat isang respetadong heneral ang ama ni Kasmeer.

"Siguradong hinarang na 'yan ng tatay ng lokong 'yun," dismayadong sinabi ko.

"Nakita namin ni Lolo ang daddy ni Kasmeer sa police station. Mukhang wala syang alam sa nangyari."

"Ano?" Kunot-noong bulalas ko.

"Pinigilan ko lang si Lolo na komprontahin si General," nakangusong saad pa nito.

"At—bakit?" Kunot-noong tanong ko naman.

"Para namang hindi mo alam ang gagawin no'n sa anak nya," seryoso niyang tugon.

"So, naawa ka? Sa sarili mo, hindi?" Hindi makapaniwalang wika ko.

"Hayaan nalang natin ang mga pulis na gawin ang trabaho nila. Nag-hire narin naman si Lolo ng private investigator para makakuha tayo ng mas malakas na ebidensya laban sa kanila, kung talagang sila nga ang may kagagawan nang nangyari sa atin." Kalmadong aniya.

Nagkatinginan kami ni Cree nang mahagip nang aming paningin ang orasan na nasa tabi ng aking computer desk. Mabilis kaming kumilos, at halos magtulakan na kami palabas ng aking silid.

"What's the noise?" Natigilan kami ni Cree nang marinig namin ang matining na boses ng aking kapatid.

Sa halip na harapin ito'y mas lalo kaming nagmadaling makababa ng hagdan.

"Bakit ka ba nakikipag-unahan, huh?" Siring ko sa aking kaibigan.

"Ako ang may performance—hindi ikaw," dagdag ko pa.

"Boys, breakfast is ready." Napalingon kami ni Cree nang marinig namin ang boses ni Mummy mula sa aming likuran. "Kumain muna kayo bago pumasok," nakangiting dagdag pa ni Mummy.

Patakbo naming tinungo ang dining area nang maamoy namin ang masarap na samyong nagmumula roon.

"The best ka talaga Tita," masiglang baling ni Cree kay Mummy.

"Eat well," ani Mummy at pinisil pa nito sa baba si Cree, bagay na nakaugalian niyang gawin mula noong mga bata pa kami.

Halos sa amin na lumaki si Cree. Lagi itong iniimbita ni Mummy na matulog at kumain sa bahay, sa tuwing nalalaman nitong nasa ibang bansa ang mga magulang ni Cree—upang asikasuhin ang kanilang negosyo. Halos anak narin niya kung ituring ang aking kaibigan, na labis ko namang ikinatutuwa.

"Xamantha! Come down, eat your breakfast." Tawag ni Mummy sa aking kapatid.

"I'm on a diet, Mum—" tugon naman nito mula sa hagdanan.

"Bastian won't like a too thin girl," natatawang ani Mummy.

Mabilis na bumaba ng hagdan si Xam at agad na umupo sa hapag-kainan. Kunot-noo kaming nagkatinginan ni Cree nang mapagtanto namin kung ano ang ibig sabihin ni Mummy.

"Who is Bastian?" Magkasabay naming tanong ni Cree.

"Relax boys, he's just a friend—" ani Mummy. Kapagkuwa'y tumawa pa ito habang na kay Xam nakatuon ang paningin.

"Care to tell me?" Baling ko naman sa aking kapatid. Sa halip na ako'y tugunin sunod-sunod itong sumubo ng pagkain upang makaiwas sa akin.

"Ang old fashion mo naman, Bro. Relax ka lang—normal lang naman magka-crush ang isang tao." Natatawang ani Cree habang patuloy sa pagkain.

"Try to have a sister first, before you say that." Siring ko naman rito.

"Sige—'pag nakabalik na ang parents ko, sasabihin ko agad na gumawa sila ng baby sister para sa'kin." Seryosong baling naman nito sa akin.

Napabuntong-hininga nalang ako at mariing napapikit upang kalmahin ang aking sarili. Hindi magandang-asal ang mangbatok ng kaibigan sa harap ng hapag-kainan. Mas lalo akong nadismaya nang sabay-sabay pa silang magtawanan.

DEL RIOS ACADEMY

"Magpahinga na muna kayo. Meron pa naman tayong one hour bago magsimula ang program," ani Ms. Cruz.

Agad na tumayo si Aeryn at nagmartsa palabas ng Stadium, na agad namang sinundan ni Zarkin.

"Pupunta lang ako ng toilet, dito ka lang." Baling ko kay Cree.

"Bilisan mo," aniya.

Agad akong kumilos upang sundan si Aeryn, ngunit mabilis itong nawala sa aking paningin.

Ang bilis naman maglakad ng babaeng 'yun.

Natigilan ako nang matanaw ko si Spade na nakapamulsang naglalakad, at nakangiti habang papalapit sa akin.

"Hi Axe," pagbati nito.

Ano na naman kaya ang pinaplano ng lokong 'to?

"What?" Iritadong baling ko rito.

"Tapus na ba ang rehearsal nyo?" Nakangiting tanong niya.

"So, what?" Pabalang na sagot ko naman.

"Nakita ko kasi sila Aeryn na papunta sa gym," aniya.

"Gym? Sila? Sino? Bakit?" Sunod-sunod na tanong ko.

"Si Aeryn at Zarkin. Sa tingin ko parang may relasyon talaga ang dalawang 'yun, laging magkasama e—" nangingiting aniya.

"Sa tingin mo lang 'yun." Pagkasabi niyo'y mabilis ko itong tinalikuran upang puntahan ang gym.

Nagmamadali akong pumasok sa gym at ikinagulat ko pa ang mabilis na pagsara ng pinto niyon. Bumaling ako pabalik sa pintuan, kapagkuwa'y pinihit ko ang doorknob upang bumukas iyon, ngunit pawang naka-lock ito mula sa labas.

"What a loser," napalingon ako nang marinig ko ang isang pamilyar na tinig.

"Kasmeer," nagtatakang baling ko rito.

Napabuntong-hininga nalang ako nang makita ko ang hawak nitong kapirasong basag na bote.

This is sure to be mess again.

"Hindi ka talaga titigil hangga't hindi ka nabubugbog ng Daddy mo nu?" gigil na saad ko.

"Don't mention my Dad here," anito't dinuro pa ako nang kapirasong botelyang hawak niya. "Kung hindi ka sana nakikialam sa mga plano ko—wala ka sana sa sitwasyong ito," galit pa nitong dagdag.

"Ano ba kasi ang nakukuha nyo sa pangbu-bully sa mga estudyante rito? Hindi nyo naman kina-cool ang bagay na 'yun," seryoso kong sinabi.

Hindi ko inaasahan na agad ako nitong susugurin. Sa bilis nang pangyayari'y hindi ko iyon napaghandaan. Kitang-kita sa mga mata nito ang matinding galit, at anumang oras ay handa ako nitong saksakin. Subalit tila mayroong malakas na puwersang pumipigil sa kanya. Parehong nanlaki ang aming mga mata ni Kasmeer sa aming nakikita, sapagkat bigla nalang nagpira-piraso ang kapirasong-bote na kaniyang hawak. Kumaripas nang takbo si Kasmeer at ang tatlo pa nitong kasama, habang ako'y naiwang nakatulala. Hindi ako lubos na makapaniwala sa aking mga nasaksihan.

Samantala, nahagip ng aking mga mata si Aeryn mula sa hindi kalayuan ng aking kinatatayuan. Nasa sulok na bahagi ito ng gym, kung saa'y hindi siya agad na mapapansin—kung hindi ito pagmamasdan ng mabuti.

Napalunok ako nang makita ko ang mga mata nitong nag-iba ng kulay, naging kulay asul-berde ang mga iyon. At ang mga buhok niya'y unti-unting nag-iiba ng kulay. Napaawang ang aking bibig nang maging puti lahat ang kaniyang buhok.

Nagpakulay ba sya ng buhok?

Nakita ko lang sya kaninang itim ang buhok, pa'nong nangyari 'yun?

Hindi ko alam kung bakit parang awtomatiko akong dinala ng aking mga paa papalapit sa kanya, nang makita kong para siyang nawawalan nang lakas. Agad akong nakalapit sa kanya't nasalo ko na ito bago pa man siya mabuwal sa kaniyang kinatatayuan.

"Aeryn! Wake up!" Kabadong sambit ko habang inuuga-uga ang ulo nito.

Damn it!

Mabilis na kumabog ang aking dibdib nang makita ko itong tuluyan na ngang nawalan ng malay. Luminga-linga muna ako sa paligid upang siguraduhing walang ibang nakakakita sa amin. At nang makatiyak ako'y mabilis kong hinubad ang suot kong coat upang itakip iyon sa kaniyang ulo. Pakiramdam ko'y parang bigla ako naging malakas, sapagkat nabuhat ko siya nang wala man lang kahirap-hirap. Dinala ko ito sa parking lot kung saan naroon ang aking sasakyan. Habang buhat-buhat ko ito'y nagkakagulo naman ang aming mga kamag-aral, at iba pang mga estudyanteng nakikiusyoso sa nangyayari. Subalit sinuman sa mga ito'y wala akong pinansin.

Dahan-dahan kong inihiga si Aeryn sa likod ng aking kotse, sa backseat. Kapagkuwa'y, mabilis kong pinatakbo ang sasakyan. Sa sobrang taranta ko'y hindi ko namalayang sa bahay ko pala siya dinala, imbis na dapat ay sa ospital, o kaya'y sa sariling klinika ng aming paaralan.

Agad akong bumaba ng sasakyan at maingat ko siyang inilabas mula roon.

"Aeryn," sambit ko sa pangalan nito.

Napansin kong kulay itim na ulit ang kanyang mga buhok at mukhang normal na ulit iyon.

What the hell is this?

Hindi ako pwedeng magkamali sa aking mga nakita. Sigurado akong naging kulay puti ang buhok niya kanina. Ipiniling ko ang aking ulo't pilit na iwinawaglit ang mga nasaksihan kong pagbabago sa kaniyang anyo. Samantala'y hindi parin mawala ang aking pag-aalala, sapagkat wala parin itong malay.

"Axe," gulat akong napalingon sa aking likuran nang marinig ko ang boses ng aking ina.

"What happened? Who is she?" Magkahalong pag-aalala at pagtataka ang tanong na iyon ni Mummy.

"She's my classmate. She suddenly fainted at school Mum, what should I do?" Kabadong baling ko naman kay Mummy.

"Oh—God! Take her inside."

Buhat ko si Aeryn habang inaalalayan naman ako ni Mummy papasok sa aming bahay. Mas lalo akong kinabahan—dahil naramdaman ko ang napakalamig nitong mga kamay.

She looks pale and unresponsive.

Oh—God! No!

Kapag may nangyari sa babaeng 'to, humanda talaga sa'kin ang Kasmeer na 'yon.

Nang makarating kami sa guest room ay maingat ko itong inilapag sa kama kahit wala parin siyang malay. Samantala, pumasok naman si Mummy na may dalang maliit na palanggana't isang puting bimpo.

Lumapit si Mummy at hinawakan ang mga kamay ni Aeryn, na para bang pinapakiramdaman niya kung tumitibok pa ba ang pulso nito.

"Oh my god! She's very cold." Gulat na baling sa akin ni Mummy.

"I-is she d-dead?" Kabado at utal na tanong ko naman.

"I don't know, I think we need to call a doctor." May pag-aalinlanga't pagtatakang ani Mummy.

Samantala, naupo ako sa gilid ng kama mula sa tabi ni Aeryn.

What is happening to you?

Something is not normal.

Kinuha ko ang bimpo at binasa iyon gamit ang maligamgam na tubig mula sa palangganang dala ni Mummy kanina. Pinunasan ko ito sa noo, habang maingat ko namang dinampian ang kaniyang mukha. Natigilan ako nang muli kong mahawakan ang kamay nito, at pakiramdam ko'y parang tinatambol ang aking dibdib sa malakas na kabog niyon.

Bakit ang lamig ng mga kamay nya?
Is it normal?

Sinulyapan ko si Mummy na panay ang pindot sa telepono habang natataranta, sapagkat tila hindi ito makakonekta sa taong tinatawagan. Nang ibaba ko ang aking paningin ay nakita kong nakamulat na ang mga mata ni Aeryn. Napakurap pa ako nang magtama ang aming mga paningin. Normal na ulit ang kulay ng kaniyang mga mata, sapagkat hindi na iyon kulay asul-berde katulad nang nakita ko kanina bago ito mawalan ng malay.

"Mum, she's awake." Tawag pansin ko kay Mummy.

"Oh God! Thank you!" Parang nabunutan naman nang tinik sa dibdib si Mummy nang makita nitong nagkamalay na nga si Aeryn. "Hija, how is your feeling? May masakit ba sa'yo?" May pag-aalala parin na tanong ni Mummy.

"Mum, I'm not sure kung nakakaintindi sya ng tagalog." Sabad ko.

"I do understand." Kunot-noo akong napatingin kay Aeryn nang marinig ko ang boses nito. "Are you okay?" Seryosong dagdag pa niya habang sa akin nakatuon ang paningin.

Napakunot lalo ang aking noo at hinarap ko ito nang may pagtataka.

Ano't ako 'tong tinatanong nya ngayon kung ayos lang ako?
Napasama kaya ang bagsak nya sa mga bisig ko kanina, kaya naalog ang ulo nya?

Napawi ang aking mga iniisip nang mapansin kong matiim na

silang nakatingin sa akin.

"Axe, tell me what happened." Maawtoridad nang tinig ni Mummy.

Napatayo ako mula sa gilid ng kama na aking kinauupuan.

Pa'no ko ba sasabihin kay Mummy ang mga nangyari kanina?
Pa'no ko ipapaliwanag lahat nang 'yun?

"Someone wants to hurt him." Basag ni Aeryn sa aking pananahimik.

Awtomatiko kong nilingon si Aeryn, na may halong inis. Nag-iisip palang ako kung paano ko ipapaliwanag kay Mummy ang lahat, ngunit inunahan agad ako nitong magsalita.

Aba naman talaga!
Kakaiba rin ang babaeng 'to.

"Who?" Mariing pang-uusisa ni Mummy habang matalim na nakatingin sa akin.

Mariin akong pumikit at bumuntong-hininga bago humarap sa kanya.

"No one can hurt my first born Axeriel, tell me who?" Mahihimigan na ang galit sa tono ng aking ina.

Sinasabi ko na nga ba't magagalit sya agad, kaya naman pinag-iisipan ko pa kung sasabihin ko ba sa kanya ang nangyari sa school o hindi. Ang kaso pinahamak naman ako ng babaeng 'to.
Bakit ba dito ko sya dinala sa bahay?

Mariin na lamang akong napapikit sa kagustuhan kong batukan ang aking sarili. Sinamaan ko nang tingin si Aeryn bago ako tumingin nang deretso kay Mummy.

"Mum, don't mind what she's saying. It's okay and I'm totally fine." Nakangiti at kalmadong sinabi ko.

Lumapit ako kay Mummy and I hugged her from behind. Maliit palang ako ganito na ang ginagawa ko sa tuwing nagagalit siya. Sa ganitong paraa'y napapakalma ko si Mummy kapag umiinit na ang ulo niya.

"Axeriel, tell me who?" Halata na talagang galit na nga ito, sapagkat hindi gumana ang paglalambing ko rito.

Muli akong sumulyap kay Aeryn at lalo ko itong sinamaan nang tingin. Ngunit parang balewala lang sa kanya iyon, sapagkat wala man lang itong ibinibigay na reaksyon sa akin.

Manhid! Walang pakiramdam!

Sa loob ng aking isipa'y inis ko nalang itong sinisinghalan.

"Mum, please do not do anything. I swear, I am all right." Pangungumbinsi ko pa.

Narinig kong bumuntong-hininga si Mummy, at kinalas nito ang pagkakayakap ko mula sa kanya. Kapagkuwa'y humarap ito sa akin. "I don't, just tell me who?" Kalmado nang aniya.

"Kasmeer Soriano." Deretso namang sagot ko.

"Soriano? Is this Philipe Soriano's son?" Kunot-noong tanong ni Mummy.

"Yeah," nawawalang ganang sagot ko.

Sabay kaming napalingon ni Mummy nang bumangon si Aeryn mula sa pagkakahiga nito sa kama.

"Hija, it's okay just rest. Ipapahatid nalang kita mamaya sa driver ko." Seryosong ani Mummy. Lumapit si Mummy sa kanya't akmang hahawakan ang mga kamay nito, ngunit iniiwas agad iyon ni Aeryn. "Do you want me to call a doctor for you?" Tanong ni Mummy rito.

"I'm okay na po," nakayukong aniya. "Thank you, Madam. But I need to go." Dagdag pa nito.

Hindi ko naman naiwasang mapangiti, sapagkat sa tuwing naririnig ko itong magsalita ng tagalog ay natutuwa ako sa malambot na accent niya rito. Halatang hindi siya sanay magsalita ng tagalog. At marahil isa iyon sa mga dahilan kung bakit araw-araw nalang itong nabu-bully sa school.

"Are you really okay?" Hindi ko na nga napigilan pa ang hindi sumabad.

Tinanguan nya lang ako bilang tugon sa aking tanong.

"Akala ko kanina patay kana, ang lamig mo kasi." Seryoso kong pagkakasabi.

"Sigurado ka bang okay ka lang, Hija?" Muling tanong ni Mummy.

"Alam mo bang hinimatay ka kanina sa school?" Muling sabad ko.

"Mmm..." tipid niyang sagot.

Bigla tuloy nabuhay ang aking kuryosidad patungkol sa pagkatao nito. Marami akong gustong itanong sa kanya, ngunit ayukong marinig iyon ni Mummy.

"Mum, I think—I need to talk to her." Nakangiting baling ko sa aking ina.

"Oh—okay," napapangiting ani Mummy. "Feel at home, Hija." Nakangiting baling muna nito kay Aeryn, bago kami tuluyang tinalikuran.

Sinundan ko nang tingin palabas ng silid si Mummy upang siguraduhing hindi nga nito maririnig kung anuman ang pag-uusapan namin ni Aeryn.

"Maghahanda ako ng meryenda. Come down when you finish talking." Pahabol pa ni Mummy bago nito tuluyang isinara ang pinto ng kuwarto.

Nang mawala na nga si Mummy sa aking paningin ay hinarap ko naman si Aeryn. Wala man lang mababasa na emosyon sa mukha nito nang mag-angat siya ng paningin sa akin.

Normal lang ba 'yan sa kanya?

Pinagkrus ko ang aking mga braso't sumandal sa ding-ding.

"You're the one who did that, am I right?" Seryoso kong panimula.

Tiningnan nya lang ako na para bang inaalam nito kung ano ang laman ng aking isipan.

"Was that you? Am I right?" Muli kong tanong nang hindi ko makuha ang sagot na gusto kong marinig mula sa kanya.

"Based from your words, it seems that you saw something." Kalmadong aniya.

"Just answer me with yes or no—that's it," wika ko.

"You don't need to know, please don't ask." Seryoso namang sagot nito.

Napapailing nalang ako habang pinoproseso sa aking utak ang mga taliwas na sagot niya sa aking mga katanungan.

Hindi ko sya maintindihan. Bakit ayaw nyang tanungin ko sya tungkol ro'n? Ang weird nya talaga.

Oo, o hindi lang naman ang isasagot nya sa tanong ko, mahirap ba 'yon?

"Why?" Hindi ko talaga maiwasang mag-usisa, baka sakaling sagutin nya na kung bakit.

"If you try to figure that out, you might die." Walang habas at walang kaabog-abog niyang tinuran.

Napalunok ako sa sinabi niyang iyon. Kinilabutan ako na ultimo maliliit na balahibo sa aking katawa'y nagtayuan. Hindi ako makapaniwala na gano'n lang kabilis para sa kanya sabihin ang mga katagang iyon.

Sino ba talaga ang babaeng 'to?
Bakit ayaw nyang may umaalam sa pagkatao nya?
Ikamamatay ko nga ba talaga 'yun?

Napupuno ang utak ko nang mga samo't-saring katanungan na wala namang tiyak na kasagutan. Gusto ko siyang lubusang makilala, ngunit paano ko gagawin iyon kung siya na mismo ang umiiwas. Nasasaktan ako sa katotohanang ayaw nya akong papasukin sa kanyang buhay. Hindi ko alam kung bakit ko ito nararamdaman, na maging sa aking sarili'y hindi ko kayang ipaliwanag.

Gusto ko na ba ang babaeng 'to?

Muling nagtama ang aming mga paningin at kumabog ng malakas ang aking dibdib sa hindi mapangalanang dahilan. Agad naman akong umiwas ng paningin rito nang maramdaman kong nag-iinit na ang aking mukha.

Bakit ako naiilang sa t'wing nagtatama ang mga paningin naming dalawa?

Do I really have feelings for her?
No way!

Chapter 13

Omnipotence

Aeryn

Nagmamadali akong makalabas ng Stadium nang sabihin ni Ms. Cruz na magpahinga muna kami bago magsimula ang programa. Hindi ko maintindihan ang aking nararamdaman habang nag e-ensayo kami kanina. May kung anong kumukurot sa aking dibdib habang pinagmamasdan ako ni Axe. Naninikip ang dibdib ko, at kinailangan ko pang lumanghap ng hangin upang makahinga nang maayos. Pakiramdam ko'y nauubusan ako ng hininga, habang parang pinipiga naman ang aking puso sa sobrang sakit.

What is happening to me?

"Luna," napahawak ako sa sarili kong ulo nang dumagundong sa aking pandinig ang tinig ni Zarkin.

Mas lalong sumidhi ang kirot na nagpapadaing sa aking dibdib.

Kinapa ko ang bulsa ng aking palda upang kunin ang telepono, subalit ikinadismaya kong hindi ko pala iyon nadala.

"Are you alright?" Tanong ni Zarkin.

Nagbigay hudyat ako na huwag nya akong lapitan. Nanatiling nakababa ang aking paningin. Hindi ko maintindihan kung bakit parang nag-iinit ang aking mga mata't hindi ko siya kayang tingnan nang deretso.

"Luna, what's wrong?" Pag-aalalang tanong nito.

"I'm fine—I just want to be alone," saad ko.

"Pero..." aniya.

"Please!" Hindi ko napigilang pagtaasan siya ng tinig.

"Call me if you need help," malumanay na aniya bago ako tinalikuran.

Malalaki ang hakbang kong lumayo, at nang makita ko ang gym ay mabilis akong pumasok roon upang ikubli ang aking sarili.

Anong nangyayari sa'kin?
Please—not now...

Naging mas malakas ang aking pandinig at pakiramdam, sapagkat naririnig ko ang mga yabag nang mga paang papalapit sa loob ng gym. Bahagya kong ikinagulat ang malakas na kalabog ng pinto, at tumambad sa aking paningin ang gulat na mukha ni Axe. Napalingon ako sa kaliwang-bahagi ng kaniyang kinatatayuan nang marinig ko ang mga yabag na nagmumula roon. Parang nagliyab ang aking mga mata nang makita ko si Kasmeer na papalapit kay Axe, habang may hawak na kapirasong botelyang ikinukubli nito sa kaniyang likuran.

Hindi talaga nagsasawa ang isang 'to sa gulo.

Awtomatikong pumitik ang aking mga daliri sa hindi ko maipaliwanag na dahilan nang makita kong susugurin nito si Axe, gamit ang kapirasong-bote. Napadaing ako nang kumabog nang napakalakas ang aking dibdib. Madiin akong napapikit sa kadahilanang parang nag-aapoy ang aking mga mata sa sobrang init na lumulukob sa aking sistema. Napahawak ako sa ding-ding nang maramdaman kong parang nauubusan ng lakas ang aking mga binti. Napasinghap ako nang maramdaman ko ang mainit na mga kamay na humawak sa aking magkabilang balikat. Bago pa man nanlabo ang aking paningin ay nasilayan kong muli ang mukha ni Axe.

<u>A FEW MOMENTS LATER</u>

Nagising nalang ako na nasa ibang bahay ako naroon. At ang unang tumambad sa aking paningin nang magmulat ako ng aking mga mata'y ang mukha ni Axe. Babababa na sana ako sa kama na aking kinahihigaan nang pigilan ako ng isang Ginang. Sa unang tingin palang ay masasabi kong mag-ina sila, dahil hindi nagkakalayo ang kanilang mga itsura.

Hiniling ni Axe sa kaniyang ina na iwan kami nito upang makapag-usap. At sa takbo ng mga tanong niya'y alam kong nakita nito ang pagbabago sa aking anyo, bago pa man ako nawalan ng malay. Bigla'y nakaramdam ako ng pagkakasala sa aking ama, sapagkat nilabag ko ang bagay na lagi nitong ipinapaalala sa akin. Hindi ko alam kung bakit nakakalimutan ko ang lahat ng bilin sa akin ng aking ama, kapag kaharap ko na ang lalakeng ito. Alam kong hindi maganda ang kalalabasan ng pagsuway kong ito, dahil ginamit ko ang aking kapangyarihan mas mapapadali na ngayon ang paghahanap sa akin ng Banríon, at ng buong Eire.

Napalingon ako sa pintuan nang marinig ko ang mahinang mga

yabag na papalapit sa silid na ito. "Kuya..." anang tinig mula sa labas ng pintuan.

Matiim muna akong pinagmasdan ni Axe bago ito bumaling sa pintuan. "Come in," tugon niya.

"The snack is ready. Baka daw gutom na ang bisita mo, bumaba na raw kayo sabi ni Mummy." Anang isang dalagitang nakadungaw ang mukha, mula sa maliit na pagkakabukas ng pintuan.

"Magmeryenda kana muna. Ihahatid nalang kita pauwi," baling ni Axe sa akin. "Follow me—" aniya, bago nagpatiunang lumabas ng silid.

Panatag na ngumiti sa akin ang dalagita nang magtama ang aming mga paningin. "Don't be shy, it's okay." Aniya habang hindi maalis ang mga ngiti sa kaniyang labi.

Hindi ko alam kung paano ako tutugon sa kanya, kaya naman yumuko nalang ako habang nakasunod kay Axe.

Namangha ako nang makita ko ang ina ni Axe na naghahanda ng pagkain. Napakadami nitong inihanda, subalit ni isang katuwang ay wala akong nakita. Napalunok ako sa masarap na amoy na nagmumula sa mga pagkaing kaniyang inihahanda.

Humila si Axe ng isang upuan, kapagkuwa'y bumaling sa akin, "sit."

"Kumain ka ng madami," baling sa akin ng Ginang.

Nilagyan ni Axe ng sandwich ang aking plato, at sinalinan pa nito ng juice ang basong malapit sa aking harapan. Nagsimula akong kumain at ikinatuwa ko iyon, dahil ito na yata ang pinakamasarap na sandwich na aking natikman.

"Sya ba ang sinasabi ni Kuya Cree, na gusto mong girl?" Bigla akong naubo sa tanong na iyon ng dalagita, at awtomatiko akong napabaling kay Axe.

Napakurap ako nang muling magtama ang aming mga paningin. "Water," anito habang iniaabot sa akin ang isang basong tubig.

Madiin kong hinawakan ang tinidor nang muling sumidhi ang sakit sa aking dibdib. Naririnig ko ang malakas na kabog ng aking puso, bagay na hindi muna dapat nangyayari sa ngayon.

"Okay ka lang?" May pag-aalalang tanong ni Axe.

Nag-angat ako nang paningin sa kanya, "I think—I need to go home, now."

"Tapusin mo na muna ang pagkain mo, Hija." Mungkahi naman ng Ginang.

"Baka kasi nag-aalala na ang Daddy ko." Pagdadahilan ko, upang pahintulutan na nila akong makaalis.

"Ihahatid na kita," ani Axe at tumayo mula sa kaniyang kinauupuan.

"Balik ka dito ah—" nakangiting baling naman sa akin ng dalagita.

Tumayo ako't bahagyang yumukod sa harap ng Ginang, hudyat ng aking pasasalamat. Sumunod ako kay Axe na nagpatiuna nang lumabas ng kumedor. Natigilan ako nang maramdaman ko ang presensya ni Spike mula sa labas ng bahay nila. Nagmadali akong lumabas, at nang makarating ako sa gate ay natanaw ko na agad si Spike na naghihintay mula sa 'di kalayuan ng bahay. Mabilis akong tumakbo patungo sa kung saan nakatayo si Spike. Samantala, natanaw ko ang aking sasakyan, at ilang-sandali pa'y lumabas mula roon si Ruffer. Yumukod ito't nagpahiwatig na doon na lamang siya maghihintay.

"Aeryn," napalingon ako nang marinig ko mula sa aking likuran ang tinig ni Axe. "Sabi ko na nga ba—unang kita ko palang sa'yo, alam kong ikaw ang batang 'yun, four years ago."

Inilang hakbang nito ang pagitan naming dalawa, at labis kong ikinagulat ang biglang pagyakap nito sa akin.

Napasinghap ako sa malakas na kabog ng aking dibdib. At sa bawat pag pintig ng aking puso—tila ako'y nabibingi.

Sa buong buhay ko'y ngayon lang ako nakaramdam ng takot. Hindi para sa aking sarili, kun'di para sa taong ito.

Chapter 14

Desire

Zarkin

Awtomatikong napakuyom ang aking kamao, nang makita ko ang pagyakap na ginawa ni Axe kay Luna. Hindi ko man naririnig kung ano ang kanilang pinag-uusapa'y ramdam kong apektado si Luna sa presensya ng lalakeng iyon. Nakikita ko ang mga pagbabago sa ikinikilos nito sa tuwing kaharap niya si Axe.

Kailangang mapigilan ko ang paglabas ng kaniyang kapangyarihan. Hindi siya pwedeng mahuli ng mga alagad ng Banríon. Mas gugustuhin ko pang naririto siya sa lugar ng mga tao, kaysa bumalik siya sa lugar kung saan dapat siyang naroroon. Hindi ko kakayaning makita na nagdurusa siyang muli sa lugar na iyon. Alam kong mapanganib ang aking mga binabalak, ngunit iyon lang ang tanging alam kong paraan upang mamuhay siyang malayo sa masamang layunin ng reyna.

Ikinubli ko ang aking sarili sa isang puno na naroon, sapagkat panay ang pagsipat ni Spike sa buong paligid. Kailangan kong magtago ng mabuti upang hindi nila mapansing nandito rin ako. Kailangan maging mas maingat ako, lalo na kapag kasama ni Luna ang kaniyang alaga.

Mas lalo kong isiniksik ang aking katawan sa puno nang makita kong tumakbo si Luna, na agad namang sinundan ni Spike. Mabilis na binuksan ni Ruffer ang pintuan ng sasakyan nang makita nitong papalapit sa kaniyang gawi si Luna. Nakahinga ako ng maluwang nang makita kong tumakbo papalayo ang kanilang behikulo. Hinintay ko munang makapasok sa loob ng bahay si Axe, bago ako tuluyang umalis sa likod ng puno na aking pinagkukublihan.

Ikinagulat ko ang biglang pagtunog ng sarili kong telepono. "Hello," sagot ko rito.

"Cá bhfuil tú?" Ikinabigla ko nang marinig ko ang tinig ni Maarika sa kabilang linya, at tinatanong nito kung nasaan ako.

Si Maarika ang tumatayong crown princess ngayon ng mga Eire, kapalit sa puwestong iniwan ni Luna.

"Beannachtaí na Banphrionsa." Magalang na wika kong ibig sabihi'y magandang pagbati mahal na prinsesa.

"Tá mé anseo sna hOileáin Fhilipíneacha," deretsong anito. Napaawang ang aking bibig sa aking mga narinig. Hindi ko lubos maisip na personal siyang paparito sa lugar na ito. "Zarkin, an bhfuil tú ann?" Seryosong tanong nito kung nasa kabilang linya pa ba ako.

"Sea Banphrionsa," agad ko namang tugon na ako'y nasa linya parin.

"Bualadh liom ag an gcaifé." Pagkasabi niyon ay ibinaba nito ang linya ng tawag. Sinabi niyang magkita nalang kami sa café.

Anong ginagawa nya rito?
Bakit sya mismo ang ipinadala ng Banríon rito?

Bigla akong nilukob ng takot nang maisip kong hindi na ligtas si Luna sa lugar na ito.

AT THE CAVÉ CAFÉ

"Fáilte a chur roimh Banphrionsa." Agad kong pagbati sa prinsesa nang ito ang bumungad sa akin. Binati ko siya ng maligayang pagdating.

"You can talk to me casually, or english rather. Besides, that's the formal language spoken here, right?" Nakangiting baling nito sa akin. "I'm not a princess here, we're not in our own kingdom." Natatawang dagdag pa niya. "How's Luna?" Seryosong tanong nito na nagpalitaw sa nagtatago kong kaba.

Aaminin kong biglang umakyat ang aking takot nang itanong niya iyon. Hindi ko alam kung paano ko ba ito dapat sagutin. Batid kong isang maling salita lamang ang aking bigkasin ay kaya ako nitong burahin agad sa kaniyang harapan.

Tumikhim ako't klinaro muna ang aking lalamunan bago nagsalita. "She's totally fine—my lady," deretsong sagot ko.

"Just call me by my name, instead of calling me that." Istriktong tugon niya habang hindi inaalis sa akin ang paningin. "Banríon is not around. You don't need to be formal with me." May pagkasarkastikong aniya. "I want to meet her."

Ikinabigla ko ang sinabi niyang iyon. Hindi ko inaasahan na hihilingin niya agad ang bagay na iyon.

"But—"

"I need to meet her to show Banríon's that I am doing my duty here." Putol nito sa aking sasabihin.

Napakunot ang aking noo, sapagkat hindi ko maintindihan kung bakit niya ito ginagawa. Alam kong wala ako sa posisyon upang kuwestiyunin ang mga bagay na gusto niyang gawin dito.

Subalit hindi ko pwedeng pabayaan nalang basta si Luna sa ganitong sitwasyon. At hindi ko rin naman pwedeng basta nalang ilagay sa bingit ng kamatayan ang aking ama't-inang naghihintay sa aking pagbabalik.

"I know what you're thinking. Don't worry, I'm not supposed to hurt her." Basag nito sa aking pananahimik. Napalunok ako sa sinabi niyang iyon. "She's too weak for me," sumeryoso ang mukha nito nang isatinig iyon. "Arrange our meeting as soon as possible." Anito, kapagkuwa'y nagmartsa palabas ng Café na kasama ang kaniyang alalay. "Don't cause me any disappointment." Pahabol pa nito bago ako tuluyang tinalikuran.

Samantala, naiwan akong tuliro na kahit simpleng salita'y hindi magawang lumabas sa aking bibig. Kinakain ako ng takot na pwedeng mangyari sa aking mga magulang, kapag nagkamali ako ng desisyong gagawin.

Paano ko sasabihin kay Luna na narito ang prinsesa, upang personal siyang makita?

Ikinagulat ko ang muling pagtunog ng aking telepono. Nasapo ko ang sarili kong noo nang makita kung sino ang taong tumatawag ngayon.

"Zarkin, where are you?" Ani Ms. Cruz sa kabilang linya.

Sa dami ng mga nangyari ngayong araw ay hindi ko alam kung paano magpapaliwanag sa aming guro.

"Your friend is not answering my calls. Nasaan ba kayo?" Muling tanong nito.

"I'm sorry Ma'am, there's an emergency at home—kaya hindi na po ako nakapagpaalam." Napapahiya kong sinabi.

"That's why I called you, dahil sasabihin kong postponed ang program ngayong araw. Hindi raw makakarating ngayon ang

ating panauhin, kaya sa Monday nalang daw itutuloy sabi ng Dean. Pakisabi nalang sa kaibigan mo, dahil kanina ko pa sya tinatawagan, pero hindi sya sumasagot." Mahabang sinabi ng guro.

"Yes Ma'am, ako nalang po ang bahalang magsabi sa kanya." Pagkasabi niyo'y bigla nalang naputol ang linya.

Napabuntong-hininga ako't napasandal sa ding-ding dahil sa dami ng mga suliraning tumatakbo sa aking isipan. Muling sumagi sa aking isip ang nakita kong pagyakap na ginawa ni Axe kay Luna. Nakita ko nalang si Axe sa parking lot ng aming paaralan habang buhat-buhat nito si Luna, kaya naman sinundan ko ito. Hanggang ngayo'y palaisipan parin sa akin ang nangyari kung bakit buhat niya si Luna, at kung bakit sa sariling bahay niya ito dinala.

Ano ang relasyon nilang dalawa?
May namamagitan na nga kaya sa kanila nang hindi ko alam?

Hindi ako pwedeng magpadala sa bugso ng aking damdamin, sapagkat napakarami ko pang dapat gawin. Ang buong akala ni Luna ay tinutulungan ko siyang lumabas ang kaniyang kapangyarihan, ngunit lingid sa kaniyang kaalama'y pinipigilan ko iyong mangyari, tulad ng utos ng reyna. Iniutos nito na pumarito ako upang subaybayan ang bawat kilos at galaw ni Luna. Alam kong ikakagalit, o baka nga kamuhian pa ako ng aking kaibigan kapag nalaman niyang nakikipag-sabwatan ako sa reyna.

Simula ng dumating ako sa lugar na ito'y wala pa naman akong nakikitang pagbabago sa kanya. Ang tanging nakikita ko lang ay nagiging malapit siya sa isa naming kamag-aral na si Axe, at iyon ang dapat kong pigilan.

Hindi sya dapat na mapalapit sa taong iyon.
Ako ang nababagay para sa kanya, at hindi ang taong 'yon...

Chapter 15

Between Two Princesses

Aeryn

Pigil ang hininga kong kinalas ang mahigpit na pagkakayakap sa akin ni Axe. Napahawak ako sa aking magkabilang pisngi, upang ikubli ang pamumula niyon. Pakiramdam ko'y nag-aapoy ang aking mukha sa init na lumulukob sa aking balat.

Matulin akong tumakbo kung saan naghihintay si Ruffer, at laking pasasalamat ko nang buksan agad nito ang pintuan ng sasakyan upang makasakay ako. Inutusan ko itong patakbuhin ang sasakyan at mabilis na umalis sa lugar na iyon. Napahawak ako sa aking dibdib sa sobrang lakas ng kabog niyon. Nakahinga lamang ako ng maluwang nang makalayo kami sa bahay nila Axe.

"My lady, are you alright?" Pag-aalalang tanong ni Ruffer.

Sa halip na tumugon ay niyakap ko na lamang si Spike, upang maibsan ang malakas na kabog ng aking puso.

Ilang-sandali pa'y nakarating na kami sa bahay. Ikinagulat ko nang tumambad sa aking paningin ang kapatid kong si Azmaar.

"What are you doing here?" Nagtatakang tanong ko.

"Dad called me," seryosong anito. Hinagod ako nito ng tingin mula ulo hanggang paa. "Are you alright? Are you hurt?" Pag-aalalang tono nito.

"No—I'm fine, why?" Kunot-noong tugon ko, gawa nang labis na pagtataka sa ikinikilos nito.

Nasapo niya ang sariling noo, kapagkuwa'y huminga nang malalim.

"Azmaar, what happened?" Seryoso kong tanong. "Where's Dada?"

"He meet Maarika," bagsak balikat na anito.

Natuod ako mula sa aking kinatatayuan nang marinig ang pangalang iyon.

Maarika is here?

Ibig sabihin lang nito ay alam narin ng reyna kung saan kami nagtatago?

"Luna, why did you use it?" Deretsong tanong nito sa akin. Sa tono palang ng tanong niya'y alam ko na kung ano ang kaniyang tinutukoy.

Napabuntong-hininga ako bago tumugon. "I have no choice, Azmaar. I'm sorry," malungkot kong sinabi.

"What do you mean? Have you forgotten what I was telling you?" Malumanay na aniya. "I can't bear to see you suffer again," dagdag pa niya.

"I can't just let him get hurt," nakayuko kong sinabi.

"Who?" Gulat na tanong nito.

"M-my classmate," utal na sagot ko.

"Luna, are you stuttered?" Bulalas nito sa akin, kapagkuwa'y hinawakan ako sa baba, upang magpantay ang aming mga paningin. Gumuhit sa mukha ni Azmaar ang matinding pag-aalala nang mapagtanto niyang tumitibok ang aking pulso. "Tell me—this is not true," hindi makapaniwalang aniya.

"It happened, already." Kalmadong tugon ko naman.

"How can you be so calm about that?" Galit niyang tono.

"Azmaar, I'm not afraid to die. I'm more afraid to die while seeing you suffer because of me." Hindi ko namalayan ang mainit na pag-agos ng mga luha sa aking mga mata.

"Are you crying now?" Ani Azmaar habang matiim na nakatingin sa akin.

Napasinghot ako't agad na pinunasan ang mga luhang namalisbis sa aking pisngi. Pumihit ako patalikod, kapagkuwa'y nagmartsa palabas ng mansyon.

"Saan ka pupunta?" Habol nito sa akin.

"Alam kong nandito si Maarika nang dahil sa'kin, kaya ako ang haharap sa kanya." Buong tapang kong tinuran.

"It's too dangerous for you to see her now," pigil niya sa akin.

"It's more dangerous for Dada to handle her on his own. Have you forgotten? Dada is human now, not an Eire like he used to be." Tumataas kong tinig.

"Well—I'm coming with you, then." Aniya, at nagpatiuna pang maglakad palabas ng mansyon.

AT THE CAVÉ CAFÉ

Hindi ko na hinintay pang pagbuksan ako ni Ruffer nang sasakyan katulad nang lagi nitong ginagawa. Mabilis akong bumaba't deretsong tinungo ang loob ng Café, at bumungad sa akin ang galit na tinig ni Dada. Hindi ako lubos na makapaniwala nang makita ko roon si Zarkin. Nakayuko lamang ito't bagsak ang balikat, habang tinatanggap ang masasakit na salitang lumalabas sa bibig ng aking ama. Natigilan si Dada nang makita ako nito. Samantala'y nag-angat naman ng kaniyang paningin si Zarkin, at katulad ni Dada ay ikinabigla rin nito nang makita akong naroon.

"I knew it, you're the spy." Ani Azmaar, habang matalim na nakatingin kay Zarkin.

"Bakit ikaw?" Garalgal kong tinig habang deretsong nakamasid kay Zarkin.

"Luna..." malungkot na sambit nito sa aking pangalan.

Awtomatiko kaming napalingon nang dumating si Maarika. Umalingaw-ngaw sa buong Café ang malakas na pagtawa nito habang papalapit sa amin.

"I only invited one—but you are all here, interesting." Aniya habang natatawa.

Awtomatikong napakuyom ang aking mga kamao nang tuluyan itong makalapit sa amin.

"How are you, Azmaar?" Baling nito sa aking kapatid. Humigpit ang pagkakakuyom ng aking mga kamao, nang deretso nitong tingnan si Azmaar sa mga mata.

"We already left the Hill, why are you still bothering us?" Baling ko rito.

"Because you're the threat to the clan." Seryosong tugon niya, kapagkuwa'y mas inilapit pa ang kaniyang sarili sa akin. "Unless, you'll ready to die then. If so, I won't bother you anymore." Bulong nito sa akin.

"I'm not interested to the throne, so why bothering to see me die?" Gigil kong tanong.

"Because as long as you live, you can't be detached from the Eires throne." Galit na aniya.

"What are you going to do then, if I change my mind to die?" Seryoso kong wika.

Muli itong tumawa nang malakas na lalong nagpapataas sa galit na aking nararamdaman.

"You're no match to me," aniya habang hindi matigil sa kakatawa na parang nahihibang.

"How can you so sure about that?" Wika kong nagpatigil rito sa pagtawa. Ang kaninang kalmado nitong mukha'y napalitan ng matinding pagkasuklam.

"Luna!" Awat ni Dada sa gusto ko pa sanang sabihin. "Take her home," baling ni Dada kay Azmaar.

"No one should come out of here alive." Seryosong tinuran ni Maarika, na ikinatingin sa kanya ng lahat.

"Maarika, let's talk." Pangungumbinsing tinig ni Dada.

"You're always choosing her, aren't you?" Galit namang baling ni Maarika sa aking ama.

"No, it's just that—Luna needs me more." Deretsong sagot naman ni Dada.

"Shut! Up! You're not an Eire now. So, I can crush you right now if I want to." Singhal nito kay Dada na lalong nagpadagdag sa kinikimkim kong galit.

"Luna, calm down." Bulong naman ni Azmaar mula sa aking tabi.

Napaawang ang bibig nilang lahat nang bigla nalang lumutang ang mga kagamitan sa buong Café. Maging si Maarika ay hindi makapaniwala sa kaniyang nasasaksihan. Batid kong kapag ibinukas ko ang aking mga palad ay babagsak ang mga iyon kay Maarika.

"I will not allow you to hurt, or kill anyone. I am ready to die for them." Sinabi ko iyon nang may pagbabanta.

"You! I should have killed you a long time ago, so that your power would not have come out!" Gigil na singhal nito sa akin.

"I guess, it's too late for you to say that." Kalmadong tugon ko naman.

Inilapit niya sa kaniyang bibig ang teleponong kanina pa pala nitong hawak. "Kill them," pabulong nitong sinabi habang nangingiting nakatingin sa akin.

"No!" Agaw pansin ang malakas na pagsigaw na iyon ni Zarkin, na ikinatuliro naming lahat, maliban kay Maarika at sa alalay nito na mukhang nagdiriwang pa sa pagdurusa ng iba.

Natutop ko ang aking bibig nang mapagtanto kung sino ang ipinapapatay nito. Ikinagulat nilang lahat ang pagbagsak ng mga kagamitan na kanina pa nakalutang sa ere.

Nag-uunahang mahulog ang aking mga luha habang nakikita ko ang hinagpis, at sakit na nararamdaman ni Zarkin. Sa kabila ng pakikipag-sabwatan nito sa reyna ay hindi ko parin magawang magalit sa kanya. Dahil tulad nang iba, at mga nauna pa'y pinoprotektahan lang nila ang kanilang mga mahal sa buhay, kaya nagawa nilang magpagamit at sumunod sa lahat ng iniuutos sa kanila ng reyna.

Bumibigat ang aking dibdib habang pinagmamasdan si Zarkin na naghihinagpis, habang binibigkas ang mga katagang ama't-ina. Sa huli'y hindi ko parin sila nagawang iligtas sa kamay ng malupit na reyna. Labis-labis akong nasasaktan na hindi ko parin sila kayang protektahan lahat.

Ano pa ang silbi nang paglabas ng kapangyarihan ko, kung gayong meron na namang nagsakripisyo ng kanilang buhay para rito...

Chapter 16

Precarious

Axe

<u>KINABUKASAN</u>

Nagising ako sa sunod-sunod at malakas na katok mula sa pintuan ng aking kuwarto. Napabalikwas ako mula sa aking pagkakahiga nang tumambad sa akin ang mukha ng kaibigan kong si Cree, kasama si Hillary.

"Anong ginagawa nyo rito?" Gulat kong tanong. Sa halip na tumugon ay inihagis nito sa akin ang isang bag. "Anu ba!" Singhal ko.

"Sa ten years nating pagkakaibigan, ngayon ka lang nag-iwan ng bag sa school. Anong nangyari sa'yo kahapon at bigla kang nawala? Huh?" Nakangising aniya.

Napakamot nalang ako sa ulo dahil hindi ko alam kung paano tutugon.

Bumaling ako kay Hillary nang makilala ko ang bitbit nito. "Give me that," wika ko't inginuso pa ang hawak nitong bag.

Nagtataka naman itong tumingin sa akin. "A-ang alin?" Nauutal niyang tanong.

"Iyang bitbit mo," tugon ko habang nakalahad ang isa kong kamay.

"K-kay Aeryn 'to—" nauutal parin na aniya.

"Sinabi ko bang akin? Ako nalang ang mag-aabot niyan sa kanya. May kailangan din akong isuli." Masungit kong tinuran.

"At bakit ikaw? Huh?" Sabad naman ni Cree. "At kung magsisinungaling ka, galing-galingan mo naman. Kalat na kalat kaya sa school na hinimatay daw si Aeryn kahapon, at dinala mo raw sa ospital." Mahabang dagdag pa nito.

"Ano?" Gulat ko namang baling rito.

"Ano bang nangyari? Nagpunta kami dito para ibigay ang mga bag nyo. Kumusta na ba sya? Nasa ospital parin ba?" Sunod-sunod na tanong ni Cree.

Napabuntong-hininga ako sa dami ng mga tanong nito. "Nakauwi na," sinabi ko para hindi na ito mangulit pa.

"Bakit daw sya hinimatay?" Kunot-noong tanong pa nito.

"Hindi ko alam. Bakit ba ang dami mong tanong?" Siring ko.

"Syempre, ikaw ang kasama kahapon. Natural sa'yo kami magtatanong, engot nito." Siring din nito sa akin.

"Alam mo ba kung saan ang bahay nya?" Seryosong tanong ni Hillary, na nagpatahimik sa aming magkaibigan.

"Tara, puntahan natin—" ani Cree.

Muli akong napakamot sa sarili kong ulo. "Hindi ko alam," deretsong sagot ko.

"Putcha! Hindi mo man lang inihatid sa bahay nila?" Natatawang ani Cree.

"May sarili syang driver, sa tingin mo magpapahatid 'yun?" Naiinis na baling ko naman rito.

Muli akong bumaling kay Hillary at kinuha ang hawak nitong bag. "Ako na ang magbibigay nito sa kanya," muli kong sinabi.

"A-axe," ikinakunot ng aking noo ang utal na pag sambit nito sa pangalan ko. "G-gusto mo ba sya?" Garalgal na tanong nito.

Hindi ko maintindihan kung bakit bigla nalang niya iyong naitanong. Nabigla ako, kaya't hindi ko alam kung paano sasagot. Nabasag nang malakas na tawa ni Cree ang tensyong namumuo sa pagitan namin ni Hillary.

"Kita mo, hindi lang ako ang nakakapansin nun, pati narin si Hillary." Ani Cree habang hindi mapatid sa pagtawa. "Ikaw lang yata ang hindi nakakapansin na gusto mo si Aeryn, o baka nasa in-denial stage ka pa lang." Dagdag pa nito.

Ikinabigla namin ni Cree ang biglang paglabas ni Hillary sa aking kuwarto, at padabog pa nitong isinara ang pinto.

"Anong nangyari dun?" Nakangusong ani Cree na ipinagkibit-balikat ko na lamang.

Hinawi ko ang kurtina sa bintana ng aking silid, at nakita namin si Hillary na patakbong lumabas ng bahay.

"Bakit umalis 'yun nang hindi man lang nagsasabi?" Nagtatakang ani Cree.

"Bakit ba kasama mo 'yun?" Tanong ko.

"Sya kaya tumawag sa bahay, samahan ko raw sya papunta dito sa inyo. Ibibigay daw nya ang naiwan nyong bag."

"Ha? So, hindi ikaw ang nagdala sa bag ko?"

"Hindi, kaya nga nakakapagtaka na bigla nalang umuwi 'yun." Ani Cree, habang napapakamot sa kaniyang noo. "Bro, naiisip mo ba ang naiisip ko?" Seryosong tanong niya habang nakatitig sa akin.

"Ang alin?" Seryoso namang tugon ko.

"Tingin mo pinagseselosan ni Hillary si Aeryn?" Lalong naging seryoso ang tanong na iyon ni Cree.

Binatukan ko ito ng malakas upang gisingin ang natutulog nitong imahinasyon.

"Ano na naman ba 'yang pinagsasabi mo?" Hindi makapaniwala na aking tugon.

Napangiwi ito't akmang gaganti sa aking ginawa, ngunit nasalag ko iyon kaagad. Tiningnan ako nito ng masama, kapag-kuwa'y kinuha ang aking unan at bigla nalang akong hinampas sa mukha.

"Cree, stop!"

Sa halip na tumigil ay nagpatuloy lang ito sa paghampas sa akin gamit ang unan. Mabilis akong sumampa sa kama, at dumampot din ng isang unan. Natawa pa ito nang gumanti rin ako ng hampas. Nagliparan ang mga balahibong nagmumula sa napunit na unan. Walang humpay kaming naghampasan—hanggang sa halos hindi na namin makita ang aming mga mukha, dahil sa dami ng balahibong nagliliparan sa loob nang buong silid. Humahangos kaming napatigil gawa ng pagod at sabay na nagtawanan.

<u>KINAHAPUNAN</u>

Hindi pinauwi ni Mummy si Cree upang sabay-sabay kaming magtanghalian, na labis namang ikinatuwa ng aking kaibigan. Masaya kaming sabay na kumain, at nagkwentuhan buong araw.

"Ano pa ang nasagap mong tsismis sa school?" Panimulang tanong ko.

"Ayun nga, dinala mo raw si Aeryn sa ospital." Deretsong sagot naman nito.

"Sino nagkalat?"

"Madami raw nakakita. Binuhat mo raw si Aeryn, at isinakay sa kotse mo."

Napahugot nalang ako nang malalim na hininga sa kuwentong iyon ni Cree. Hindi ko tuloy alam kung paano akong papasok sa Lunes.

"Ano ba kasi talagang nangyari?" Pang-uusisa nitong muli.

"Hindi ko rin alam Bro, basta nawalan nalang sya ng malay."

"Anong sabi ng Doctor?"

"Hindi ko sya sa ospital dinala. Sa taranta ko dito ko sya nadala sa bahay," nahihiya kong sinabi.

Nanlaki ang mga mata ni Cree nang tumingin sa akin. "E—anong sabi ng parents mo?" Hindi niya malaman kung dapat ba siyang matawa.

"Wala ang Daddy kahapon, nasa meeting conference. Ang Mummy at si Xam lang ang nandito."

"Anong sabi ni Tita?" Nagsisimula nang matawang tanong nito.

"Ano pa nga ba, parang hindi mo naman kilala ang Mummy. Hindi 'yun nagpapauwi ng bisita nang hindi kumakain." Natatawa kong paghahayag.

"O, tapus?" At natawa na nga siya nang tuluyan.

"Mukhang okay naman na sya. Pero ang creepy, Bro." Wika kong ikinatigil nito sa pagtawa.

"What do you mean?" Kunot-noong aniya.

"Hindi ko alam pa'no nalaman ng driver nya na nandito sya sa bahay. Paglabas namin, nandyan na at naghihintay."

"Baka tinawagan nya?" Naguguluhang wika ni Cree.

"Hindi, walang dala na kahit ano si Aeryn kahapon." Napapaisip kong sinabi.

"Baka naitanong nya sa school, kaya nya alam—gano'n." Kibit-balikat na aniya.

"Baka nga," pagsang-ayon ko na lamang. "Kumusta pala ang pag-iimbistiga dun sa mga umatake sa'tin?" Masusi kong tanong.

"Ayun nga ang sasabihin ko sa'yo. Hinintay ko lang makaalis sila Tita at Xam," aniya.

Kapagkuwa'y may dinukot sa bulsa ng kaniyang pantalon. Inilabas nito ang isang USB at iniabot sa akin. "Panoorin mo." Ang kaninang masaya nitong mukha'y sumeryoso bigla.

Kunot-noo ko namang inabot iyon at ipinasok sa USB PORT ng aking computer. "Alin dito?" Naguguluhang tanong ko nang bumungad sa akin ang mga linya-linyang files na naroon.

Lumapit si Cree at hinawakan ang mouse. Pinindot niya ang pangatlong files, at dahan-dahan iyong lumabas sa screen. Awtomatikong napalapit ang mukha ko sa screen upang siguraduhin na tama nga ang aking napapanood. Napaawang ang aking bibig nang makita ko ang isang lalakeng lumapit sa guwardiya ng aming paaralan, at ilang-sandali pa'y nakatulog ang tagapagbantay.

"What the hell!" Gilalas ko.

Pinindot ni Cree ang space button ng computer, upang pansamantalang huminto ang aming pinapanood. Kapagkuwa'y pinindot naman niya ang Ctrl/Command, at ini-scroll ang mouse upang i-zoom-in ang taong aming nakikita mula sa screen. Ikinabigla ko nang makita ko ang mukha ng taong iyon nang malapitan. Bigla akong kinilabutan sa aking nakikita, sapagkat natunghayan ko ang tattoo sa batok—na una nang naikuwento sa akin ni Cree.

Totoo nga ang tattoo na 'yon...
Ngunit sino ang taong 'yun?

"May alam ka bang galit, o nakaaway mo lately?" Pukaw ni Cree sa lumilipad kong isipan.

"Wala," siguradong sagot ko. "Baka ikaw," baling ko naman sa kanya.

"Mas lalo ako—sa bait kong 'to." Seryosong aniya na ikinangiwi ko naman. "Hindi ko kilala ang taong 'yan," aniya habang nag-iisip. "Naalala mo nung sinugod tayo? Ikaw daw ang kailangan, 'di ba?"

Umakyat ang kilabot sa buo kong katawan nang ipaalala iyon ni Cree.

Ano ang kailangan ng taong 'yun sa'kin?

Chapter 17
The Truth

Aeryn

FLASHBACK
AT CAVE CAFÉ

"**You!**" Singhal ni Zarkin kay Maarika. Nanlilisik ang mga mata nito sa galit habang lumuluha. "You're a monster!" Humihikbing aniya habang matalim na nakatuon ang paningin kay Maarika.

"I told you, I don't want disappointment." Nangingiting ani Maarika. Napakuyom ang aking mga kamao sa tinurang iyon ng prinsesa.

Ikinagulat ni Maarika nang makalapit ako nang hindi niya namamalayan. Hinawakan ko ito sa leeg, gamit ang aking kanang-kamay at itinaas ko siya sa ere. Kumilos ang alalay nito upang ako'y pigilan, ngunit sa isang kumpas ng aking kaliwang-kamay ay tumilapon na lamang ito.

"Luna…" pagsusumamong tinig ni Dada. Subalit tila binibingi ako ng poot na aking nararamdaman.

Mas lalo ko pang itinaas si Maarika, dahilan para mapahawak siya sa aking kamay, at pilit na kinakalas ang pagkakasakal ko sa kaniyang leeg.

"Please don't kill her, just like what you did to your mother." Lumuluhang ani Dada.

Nanlambot ang buo kong katawan sa narinig kong iyon, dahilan upang mabitiwan ko si Maarika, at napapaubo pa itong bumagsak sa sahig. Pigil-hininga akong bumaling kay Dada. Napahawak ako sa aking dibdib nang maramdaman ko ang kirot na sumasalakay roon.

"W-what did you s-say?" Utal kong wika na mayroon namumuong luha sa mga mata.

"Let's talk about it later," pamamagitan naman sa amin ni Azmaar.

"Answer me!" Mataas na tinig ko, habang nakatuon ang paningin sa aking ama.

"What you heard is right! You killed your own mother!" Malakas na tinig namang sabad ni Maarika, habang napapaubo parin.

"Answer me Dada…" garalgal kong tinig.

"It was an accident," patuloy na pagluha ng aking ama.

"Why can't I remember anything?" Hindi ko na nga napigilan pa ang pagpatak ng aking mga luha.

"Because I removed your memories. I don't want you to blame yourself for the rest of your life." Paliwanag niya.

Napaupo ako mula sa aking kinatatayuan, dahil pinanghihina ako ng aking mga naririnig. Pilit kong inaalala ang mga nangyari noon.

Napahawak ako sa sarili kong ulo nang sumidhi ang kirot doon na para bang sasabog.

<u>AERYN MEMORIES</u>

15 YEARS AGO
ENGLAND

"Breith orthu!" Utos ng reyna na dakipin ang mag-ina ni Vigor.

"Please, spare my daughter's life." Nagmamakaawang ani Darlene sa reyna. Lumuhod ito't iniyuko ang kaniyang ulo. "She's only a year old, she's too young. She doesn't know anything about what's happening. She has no power to fight you. My daughter is just a normal kid." Mahabang pagsusumamong dagdag pa ng kaawa-awang ina.

Bahagyang umupo ang reyna at hinawakan nito sa baba si Darlene, upang magpantay ang kanilang paningin.

"Mar sin déanaimis iarracht." Sinabi ng reyna na kung gano'n ay subukan nila ito.

Sinalubong ni Darlene ang nanlilisik na mga mata ng reyna habang patuloy na lumuluha. Nagsusumamo siya hindi para sa sariling buhay, kun'di para sa pinakamamahal niyang anak.

Ikinabigla ni Darlene ang biglang pagsakal sa kanya ng reyna. Nahihirapan man, pero pinilit niyang lingunin ang anak. Nag-uunahang pumatak ang mga butil ng luha niya habang sinisikap habulin ang kaniyang hininga. Habol ang hiningang pinilit niyang ngumiti sa harap ng anak, habang panay ang kaniyang pag-iling, pahiwatig sa paslit na huwag matakot at mag-alala.

Mas lalong napaluha si Darlene nang makita niyang nag-iiba ang anyo ng kaniyang anak, katulad ng ama nito. Hindi siya makapaniwala na makikita niya iyon sa pangalawang pagkakataon. Una, nang ipagtapat ng ama nito sa kaniya ang buo nitong pagkatao at pinagmulan. Pangalawa, hindi niya inaasahang makikita iyong muli sa pamamagitan ng sarili niyang anak.

Pumikit ang paslit, at sa pagmulat ng mga mata nito'y lumabas ang isang napakalakas na puwersang nagpatinag sa lahat ng mga alagad ng reyna. Maging ang reyna ay hindi makapaniwala sa kaniyang nasasaksihan. Sa matinding pagkagulat ay nabitawan ng reyna si Darlene. Matuling tinakbo ni Darlene ang kinatatayuan ng anak nang makita niyang pabagsak sa paslit ang isang malaking puno. Naitulak ni Darlene ang anak bago pa man ito matabunan ng higanteng puno. Ngunit sa kasamaang palad ay sa sariling katawan niya iyon bumagsak. Sa kabila nang nangyari'y nakuha pang ngumiti ni Darlene sa anak, bago siya tuluyang nawalan ng malay.

END OF FLASHBACK...

PRESENT TIME

<u>SA MANSYON NG MGA HILL</u>

"Mother..." umiiyak kong sambit, nang magising ako mula sa pagkakatulog.

Lumuluha akong bumaling sa pintuan ng aking silid nang bumungad roon si Azmaar.

"What's wrong?" Nag-aalalang tanong nito.

"I remember everything," humahagulhol kong sinabi.

Niyakap ako nito upang pakalmahin. Ngunit sa halip na kumalma'y lalong lumakas ang aking paghikbi. Iyak na alam kong walang makakapagpatigil.

"It's all my fault," humihikbi kong sinabi.

"It's not your fault, it was all an accident." Pang-aalo nito habang hinahagod ang aking likuran, at pilit na pinatatahan. "Walang dapat ibang sisihin dito kun'di ang malupit na reyna." Mayroong gigil sa tono ni Azmaar nang isatinig iyon.

"Kung darating ang panahon na papiliin ka nang reyna, nakikiusap akong piliin mo sya." Patuloy kong paghikbi.

"Hindi ko alam kung kaya kong gawin 'yon." Matutunugan ang totoong galit sa kaniyang tono.

"Kahit anong gawin mo, hindi mo parin mababago ang katotohanang sya ang tunay mong ina."

Dahan-dahang kumalas si Azmaar sa pagkakayakap sa akin, at umupo sa aking tabi.

"Ni minsan hindi ko naramdaman ang pagiging isang ina nya." Buong hinanakit nitong sinabi.

"Kapag may nangyari sa'yo, hindi ko alam kung paano ko pang patatawarin ang sarili ko." Hindi mapatid ang aking pagluha, nagkukusa iyon at hindi ko alam kung paano pahihintuin.

Matiim itong tumingin sa akin, kapagkuwa'y pinahiran nito ang walang tigil na pag-agos ng aking mga luha—gamit ang kanyang sariling kamay.

"Hindi ko kailangang mamili, dahil kahit ano pang sabihin mo kapatid parin kita. Magkaiba man tayo ng ina, kapatid parin kita, at mahal kita." Kalmado niyang tinuran na lalo namang nagpabilis sa pag-agos ng aking mga luha.

Hindi ko alam kung anong kabutihan ang aking nagawa upang mabiyayaan ako ng isang napakabuting kapatid, na katulad ni Azmaar.

Magkaiba man kami nang pinagmulan, ni minsan hindi niya ipinaramdam sa akin na ako'y naiiba. Mula pagkabata'y siya ang tumayong tagapagtanggol ko sa lahat ng bagay.

"Sana mapatawad ako ng aking ina," sambit ko. "Kung hindi ko ginamit ang aking kapangyarihan noon, marahil ay buhay parin sya magpahanggang ngayon." Dagdag ko pa.

"Kilala ko ang aking ina. Ginamit mo man o hindi ang 'yong kapangyarihan, alam kong papatayin nya parin ang 'yong ina.

Dahil kahit anong gawin nya, mas mahal parin ng ating ama ang 'yong ina." Mahabang sinabi ni Azmaar na nagpatigil sa aking pagluha. "Patawarin mo ako," nakayukong dagdag pa nito.

Awtomatiko ko na lamang siyang nayakap, sapagkat hindi ko mahanap ang nararapat kong itugon sa kanyang sinabi. Alam kong ako dapat ang humihingi ng tawad sa kaniya, sapagkat kung hindi ako isinilang ay masaya at buo pa sana ang kanilang pamilya.

Chapter 18

Reckoning of the Mighty

Aeryn

"**M**'lady..." Habol hiningang ani Ruffer sa bungad ng aking silid.

Kumalas ako sa pagkakayakap sa aking kapatid at hinarap ito.

"Maarika plans to bring Zarkin to the Royal Hill." Humahangos pang aniya.

Agad akong kumilos at mabilis na bumaba sa secret basement ng mansyon.

"What are you planning to do?" May pangambang tanong ni Azmaar.

"What do you want me to do, m'lady?" Seryosong tanong ni Ruffer, habang nakasunod sa aking likuran

Pumasok ako sa basement at mabilis kong kinuha ang aking palaso.

"Luna..." Pigil ni Azmaar, na mayroon namumuong luha sa mga mata.

Iniharang pa niya ang kaniyang sarili sa bukana nang pintuan upang pigilan akong makalabas.

"Move," mariing sinabi ko.

"M'lady, I'll take care of it." Tinuran naman ni Ruffer. Kapag-kuwa'y kinuha nito ang isang espadang-metal.

"Stay here, keep Dada safe." Maawtoridad kong utos.

"But my duty is to keep you safe and alive." Pagmamatigas niya.

"Do what I say," nawawalan nang pasensyang wika ko.

"Hindi ka aalis, over my dead body." Ani Azmaar, at idinipa ang kaniyang mga braso upang harangan ang aking daraanan.

Yumuko ako at mabilis na lumusot sa ilalim ng kaniyang braso. Nilingon ko ito at tinapunan nang matamis na ngiti. "Don't worry, wala akong papatayin." Mapait kong sinabi.

"Luna!" Habol nito sa akin.

Napangiti ako nang makita ko si Spike na tila naghihintay sa aking paglabas.

"What's happening? Bakit mga naka-armas kayo?" Natigilan kami nang marinig namin ang brusko, at seryosong tinig ni Dada mula sa aming likuran.

Natuod kaming tatlo—hindi alam kung ano ang dapat na isagot. Awtomatiko kong ikinubli ang palaso sa aking likuran.

"Ruffer," baling niya rito.

"M'lord..." Kabadong wika naman ng isa.

"Zarkin is also an Eire, so I don't think I can break any rules here and there." Ako ang sumagot.

Tumikhim si Dada at klinaro ang kaniyang lalamunan bago nagsalita. "Déan mar a déarfá." Pagkasabi niyon ay kalmado kami nitong tinalikuran.

Nagkatinginan kaming tatlo, sapagkat hindi iyon ang inaasahan naming isasagot ni Dada. Inakala naming magagalit ito at pipigilan kami sa gusto naming gawin. Pero taliwas iyon sa kung ano ang nakalathala sa aming mga isip. Sa unang pagkakataon ay inihayag niyang gawin ko kung ano ang aking ninanais. Ito ang unang beses na narinig ko iyon sa sarili kong ama. Pinukaw ni Spike ang natuod naming mga kaluluwa nang bigla itong umatungal ng napakalakas Mabilis kaming sumampa sa sasakyan, at pinaharurot iyon ni Ruffer—na para bang wala kaming ibang mga kasabay sa kalye.

"Sa tingin mo nasa Cave Café pa kaya sila?" Tanong ko.

"Ang nasagap kong balita, ngayon daw ang alis nila." Deretso namang sagot ni Ruffer.

"Knowing Maarika, hindi 'yon dadaan sa airport. Merong runway ang pinakamataas na bahagi ng Cave Café." Sabad naman ni Azmaar.

Mahigpit kaming napakapit nang pinindot ni Ruffer ang turbo-button ng sasakyan.

AT CAVE CAFÉ

Isinukbit ko sa aking likuran ang dala kong palaso, at mabilis na umikot sa Café upang hanapin ang fire exit. Iyon ang naisip kong daan upang hindi maramdaman ni Maarika ang aking presensya. Nagbigay senyales ako kay Ruffer na sya ang look-out sa labas, at si Azmaar naman ang bahalang pumasok sa loob.

Dahan-dahan kong inakyat ang hagdan upang hindi makagawa ng anumang ingay. Pinakiramdaman ko ang loob ng buong gusali na iyon, baka sakaling marinig ko kung nasaang parte sila naroroon. Natigilan ako nang makarinig ako ng sunod-sunod na mga yabag, paakyat sa pinakamataas na bahagi ng gusali. Napangiti ako nang marinig ko ang matining na tunog ng elevator, malapit sa kung nasaan ako. Binilisan ko ang aking pag-akyat upang maunahan ko ang mga itong makarating sa rooftop.

Nang makarating ako roo'y agad kong nakita ang helicopter. Ikinubli ko ang aking sarili sa isang madilim na bahagi ng gusali, at nag-aabang sa kanilang pagdating. Binibilang ko ang bawat yapak ng mga paang papaakyat, ngunit ikinakunot ng aking noo ang hindi magandang pakiramdam na idinudulot niyon. At tama nga ang hinala kong nabihag nila si Azmaar.

Bakit kasi sumama pa sya rito...

"Luna! Alam kong nandiyan ka lang. Kung inaakala mong mapipigilan mo 'ko, mag-isip ka muna." Natatawang tinig ni Maarika.

"Hindi ko inaasahan na malakas parin ang kapangyarihan mo dito sa mundo ng mga tao." Wika ko habang unti-unting inilalabas ang aking sarili.

Peke itong tumawa at hinila si Azmaar, habang nasa kabilang bahagi nya naman si Zarkin. "Mamili ka, kapatid o kaibigan?" Seryoso niyang tanong.

Lihim na nag-aaway ang aking mga ngipin, nagkikiskisan ang mga iyon sa gigil. Sa simpleng tanong na iyo'y pinag-aapoy nito ang poot na aking nadarama.

"Bakit hindi ka makasagot?" Napapangiti pang aniya. "Wag mong sabihin na mas pinipili mo ang traydor mong kaibigan, kaysa kapatid mo."

"Hindi ko kailangang mamili. Pinalaki ako ng aking ama na walang dapat pagpilian." Sarkastikong tugon ko upang pukawin ang itinatagong galit nito. "Ah—sorry, mukhang hindi mo yata 'yon alam. Nakalimutan ko, wala ka nga palang ama." Dugtong ko pa.

Alam kong sa pamamagitan ng mga salitang iyon ay lalapit ito sa akin, at bibitiwan ang dalawang bihag niya. At hindi nga ako nagkamali, sapagkat mabilis nitong binitiwan sina Azmaar at Zarkin. Sa isang iglap ay mabilis itong nakalapit sa akin. Pero napaghandaan ko na ang bagay na iyon, kaya naman nahawakan ko agad siya sa leeg.

"Akala mo mananalo kana sa'kin? Nakalimutan mo yatang nasa teretoryo kita. 'Yon ang lagi mong sinasabi sa'kin noon, 'di ba? Paano mong nakalimutan na meron akong bahagi ng isang mortal." Mahaba kong litanya.

"Banphrionsa, a ligean ar a fháil amach anseo." Wika ng alalay ni Maarika—na dapat ay umalis nalang sila.

"Ang lakas ng loob mong pumunta rito na si Gethrod lang ang kasama." Saad kong deretsong nakatingin sa kanyang mga mata.

"Luna! Watch out!" Sigaw ni Azmaar.

Itinulak ko si Maarika at mabilis na nailagan ang palasong bigla nalang lumipad sa kung saan. Hinanap ng aking mga mata ang taong gumawa niyon. Hinugot ko ang palasong nakasukbit sa aking likuran, at ibinala iyon sa aking pana. Inasinta ko ang taong nasa taas nang katabing gusali. Tatakbo pa sana ito ngunit huli na ang lahat, sapagkat tumarak na sa kaniyang binti ang palasong aking pinalipad.

"Luna! Sabi mo walang mamamatay." Hiyaw naman ni Azmaar sa akin.

"Don't worry Azmaar, hindi nya ikamamatay 'yon. Pero hindi ako sigurado kong magiging pantay parin ang paglalakad nya." Kunot-noo kong sinabi.

Napamura nalang ako sa loob ng aking isipan nang bigla nalang lumipad ang helicopter. Inasinta ko iyon at muling nagpalipad ng palaso, ngunit hindi ito umabot.

Binalingan ko nang masamang tingin sina Azmaar at Zarkin. "Bakit hindi nyo pinigilan?" Inis na singhal ko sa dalawa.

"Ang bilis ng pangyayari e—hindi ko namalayang nakasakay na pala sila." Kamot-ulong ani Azmaar.

Samantala, inilipat ko ang aking paningin kay Zarkin na noo'y nakayuko lamang at hindi magawang tumingin sa akin ng deretso.

"Sa bahay kana muna manatili," sinabi ko.

"Sana hinayaan nyo nalang din akong mamatay." Malamyang aniya.

"Magagawa ko ba naman 'yon?"

"Wala na akong mukhang maihaharap pa sa'yo, sa inyo." Garalgal na tonong aniya.

Hinawakan ko ito sa magkabilang-balikat at pilit na inihaharap, upang magpantay ang aming mga paningin. Kapagkuwan ay hinawakan ko naman ang baba nito't iniangat ang kaniyang mukha.

"Oh—ngayon nakaharap kana." Seryoso kong wika.

Sabay kaming napalingon nang marinig namin ang impit na pagtawa ni Azmaar.

"Tara na nga," kunot-noong sinabi ko't nagpatiunang bumaba ng gusali.

Laking-pagtataka namin nang maabutan sa baba si Ruffer na mayroong itinataling lalake.

"Sino 'yan?" Nagtatakang tanong ni Azmaar, at sinipat pa ito ng mabuti.

Lihim akong natawa nang makita ko ang palasong nakatarak parin sa binti ng lalakeng iyon. Lumapit ako't walang anu-ano'y hinugot ko iyon, dahilan upang tumilamsik ang mga dugo at magkalat iyon sa sahig. Buntong-hiningang bumaling sa akin si Ruffer.

"What?" Saad ko, at pinagtaasan ko pa siya ng kilay.

Nakalimutan kong ayaw nga pala ni Ruffer nang nakakakita ng dugo, kaya siguro sinadya nitong huwag bunutin ang palasong nakatarak sa binti ng lalake. Nilingon ko si Ruffer at iminuwestra ko pa ang aking dalawang daliri—senyales nang peace sign.

Pinagtulungan nilang tatlo na buhatin ang nakagapos na lalake, upang maisakay sa likod ng sasakyan. Lihim pa akong natawa nang pilit nilang pinagkakasya ang matangkad na taong iyon sa compartment ng kotse.

Chapter 19

Distress

Aeryn

"**S**pike!" Aligagang tawag ko sa aking alaga.

Hinalugad ko ang buong mansyon, ngunit hindi ko ito makita. Matulin akong tumakbo pababa sa basement nang marinig ko ang kahol ni Spike na nanggagaling mula roon.

Bakit bukas ang pintuan?
Imposible naman yatang nakalimutan ni Ruffer isarado ito.

Dahan-dahan akong lumapit sa pinto at sumilip sa maliit na siwang niyon. Natutop ko ang aking bibig upang hindi makagawa ng anumang ingay. Nakita kong kalmadong lumapit si Spike sa bihag na hindi naman nito ugaling gawin. Naguguluhan akong napatitig sa lalakeng nabihag namin kagabi.

Bakit napaamo nya si Spike nang gano'n nalang?

Nagtataka akong bumaling kay Spike na noo'y tahimik, at ikinikiskis ang sarili niyang katawan sa binti ng lalakeng bihag. Napayakap ako sa aking sarili nang maramdaman ko ang napakalamig na ihip ng hangin na dumaan sa aking tabi. Muli akong napatingin sa lalake, at hindi ko maipaliwanag kung bakit kakaiba ang nararamdaman ko sa taong ito. Ibinulong ko sa aking isipan na sana'y mag-angat ito nang paningin upang makita ko ang mga mata nito. Umawang ang aking labi nang bigla nalang itong mag-angat ng paningin, at deretsong tumingin sa siwang ng pintuan kung saan ako nakatayo. Para bang narinig nito ang ibinulong ko sa aking isip. Bigla nalang pumatak ang aking luha nang makita kong magkapareho kami ng mga mata.

Ano ang ibig sabihin nito?

Tuliro akong pumasok at pinagmasdan itong mabuti.

"Cé hé tusa?" Tanong ko sa kaniyang pagkakakilanlan.

Nanatili lamang siyang nakatingin sa akin na para bang kinikilala kung sino ang kaniyang kaharap.

"Spike, come here." Malumanay na tawag ko sa aking alaga, ngunit hindi ito lumapit sa akin. Sa halip ay isiniksik pa nito ang kaniyang katawan sa duguang binti ng bihag.

"Mo Bhanphrionsa."

Pinahiran ko ang namalisbis kong mga luha nang marinig ko ang tinig nito. Ngunit ipinagtataka ko kung bakit ako nito tinawag na prinsesa, gayong kasabwat naman sya ng reyna.

Ngayon ko lang nakita ang Eire na 'to.
Bakit parang pakiramdam ko'y konektado kami sa isa't-isa.

"Who are you?" Mariin na tanong kong muli. "Tell me your name."

Napailing ito na para bang kinakapa sa kanyang isipan kung ano ang aking sinasabi.

"Inis dom d'ainm." Inulit ko ang pangalawang tanong sa sarili naming salita, ngunit hindi parin ako nakakuha ng sagot mula sa kanya.

Awtomatiko akong napatingin sa pintuan nang maramdaman ko ang apat na taong paparating. Laking-gulat ng apat nang makita nila ako roon—si Dada, Zarkin, Azmaar at Ruffer. Agad na yumukod ang apat at nagbigay respeto. Kunot-noo kong pinagmasdan si Ruffer nang lumapit ito sa bihag na may dalang panglinis para sa sugat.

"Glanfaidh mé do chréacht Rí." Magalang na sinabi ni Ruffer na lilinisin nya na ang sugat ng mahal na hari.

"Hari? Anong Hari? Wala kang ibang Hari kun'di si Dada lang." Singhal ko kay Ruffer.

"Luna, meas ar an Rí." Baling sa akin ni Dada.

Ang salitang **Rí** ay nanggagaling sa lenggwaheng Irish—na ibig sabihin ay King, o Hari.

"Ano bang sinasabi nyo?" Nagsisimula na akong magtaas ng boses.

"I think there is no point in hiding everything from her." Baling ni Azmaar kay Dada.

"Hindi ako ang tunay nyong ama."

Nangilid ang aking mga luha sa sinabing iyon ni Dada.

"Sana mapatawad mo ako sa pagtanggal ko sa 'yong mga ala-ala." Malungkot pang dugtong nito. "Ginawa ko lamang 'yon upang sundin ang mataas na utos ng tunay mong ama."

Napasinghap ako sa aking mga narinig. Hindi magawang tanggapin ng aking kalooban ang lahat ng mga sinasabi niya. Hindi magawang kumawala ng aking tinig, kaya hindi ko magawang makapagsalita. Natuod na lamang ako at muling napalingon sa bihag, habang abala naman si Ruffer sa paglilinis nang sugat nito sa binti.

"Wag mong sabihin na ang lalakeng 'to ang aming ama." Pigil ang mga luha kong wika.

"Tandang-tanda ko pa nang dumating kayong mag-ama sa aking tahanan na duguan." Naluluhang paglalahad ni Dada. "Wala syang sinabi na kahit ano. Ang tanging sinabi nya lang ng araw na 'yon ay alagaan kita, at ituring na parang akin." Nagsimula nang pumatak ang mga luha sa mga mata nito. "Para magawa 'yon ay tinanggal ko ang mga ala-alang nagpapaalala sa 'yong mga magulang. Pinalaki at inalagaan kita na parang akin, kahit pa ang kapalit no'n ay pagkawala ng sarili kong kapangyarihan. Inilayo kita sa Royal Hill, dahil gusto kong mamuhay ka nang normal kagaya ng gusto mo. Pero tadhana na mismo ang naglalapit sa 'yong pinagmulan." Mahabang pagsasalaysay pa nito habang pinipigilan ang mga luhang gustong kumawala sa kaniyang mga mata.

"Pinalaki mo 'ko sa isang malaking kasinungalingan, 'yon ba ang ibig mong sabihin?" Hindi ko namalayang nag-uunahan na palang umagos ang aking mga luha nang isatinig ko iyon.

"Wala akong ibang pagpipilian ng mga araw na 'yon. Dahil kung hindi ko ginawa ang bagay na 'yon—hindi ka titigilan ng reyna, hangga't nakikita ka nyang buhay."

"Bakit tinangka nya akong saktan habang magkaharap kami ni Maarika." Galit kong tanong.

"Hindi ikaw ang gusto nyang saktan, kun'di ang mga taong gustong manakit sa'yo. Masyado ka lang abala sa sarili mong galit kaya hindi mo 'yon namalayan." Pagpapaliwanag niya. "Ito ang dahilan kung bakit gusto kong masanay kang kontrolin ang 'yong kapangyarihan, upang makontrol mo ang 'yong emosyon." Mariin pa niyang dagdag. "Hinding-hindi ka mananalo sa reyna 'pag nagkaharap na kayo, kung lagi kang mapangungunahan ng 'yong emosyon." Nangangaral nitong tinig.

"Naaalala mo ang tattoo na sinasabi ng kaklase mong si Axe?" Sabad ni Azmaar.

Pinahiran ko ng sarili kong kamay ang aking mga luha't lumingon rito.

"Ang ama lang natin ang tanging may ganoong tattoo sa ating mga Eire." Aniyang hindi makatingin sa akin ng deretso. "Nagalala ako nang marinig ko 'yon sa kaklase mo. Natatakot akong ikaw ang unang makakita sa kanya, at masaktan nyo ang isa't-isa. Kontrolado sya ng reyna ngayon dahil sa markang 'yon." Mahihimigan ang matinding hiya sa tinig ni Azmaar nang ilahad iyon.

Bumaling ako sa bihag na noo'y tapos nang linisan ni Ruffer ang sugat. Muli na namang nangilid ang aking mga luha nang magtama ang aming mga paningin. Parang wala ito sa kanyang sarili habang panay ang paglinga sa paligid. Bumagsak ang rumaragasang mga luha sa aking mga mata nang makita kong napadaing ito sa sakit, at mahigpit na napahawak sa kanyang ulo habang kumikislap ang marka nito sa batok.

"Kailangan na ba nating maghanda?" Lumuluha kong tanong.

"Para saan?" Ani Azmaar.

"Para sa gyera," gigil kong tugon.

"Sigurado akong mag-iingat na ang reyna ngayon sa susunod nyang hakbang, dahil magkasama na kayo ng 'yong ama." Walang-takot namang sabad ni Dada.

"Bakit?" Awtomatiko kong tanong.

"Dahil ikaw lang ang makakabasag sa sumpang ibinigay ng reyna sa 'yong ama. Simula bukas—wala kang ibang gagawin kun'di sanayin ang 'yong sarili na kontrolin ang kapangyarihan mo." Maawtoridad pa nitong sinabi.

Ipinagtaka namin nang bigla nalang tumakbo si Spike palabas ng basement. Kinuha ko ang aking palaso at agad ko itong sinundan.

Humahangos akong natigilan nang matanaw ko mula sa labas nang gate si Axe—kasama ang kaniyang kaibigan.

Anong ginagawa nila rito?

Paano nilang nalaman kung saan ako nakatira?

Hindi sila dapat na pumarito...

Chapter 20

Entering Her World

Axe

"**Putcha! Ang laki ng bahay.**" Parang pwede na tumira ang isang buong barangay dito a—" namamanghang ani Cree, habang inililibot sa paligid ang kaniyang paningin.

Maging ako'y hindi makapaniwala na ganito kalaki ang bahay ni Aeryn. Sa lawak ng harden nito'y pwedeng magtayo nang ilan pang bahay dito.

"Sigurado ka bang tama ang napuntahan natin?" Baling sa akin ni Cree. "Bahay nya ba talaga 'to?" Hindi makapaniwalang tanong pa niya.

Napako ang aking paningin sa babaeng nakatayo sa malawak at mataas na pintuan ng bahay.

"Hindi pwedeng magkamali ang source ni Mummy." Tugon ko, habang nakatitig kay Aeryn.

Pakiramdam ko'y parang bumagal ang bawat pagpatak ng oras, at nagiging slow-mo ang paningin ko sa buong paligid. Hindi ko magawang kumurap, sapagkat ayukong mawala sa paningin ko ang babaeng ito.

"Bro, sa tingin ko tama ka—" naisatinig ko.

"Ha?" Naguguluhan namang ani Cree.

"Sa tingin ko, hindi ko gusto ang babaeng 'to—mahal ko na sya."

Hindi nakapagsalita si Cree, marahil ay masyado itong nabigla, o kaya nama'y hindi nito narinig ang aking sinabi.

"Anong ginagawa nyo rito?" Pukaw ni Aeryn sa lumilipad kong imahinasyon.

"May ibibigay lang sana kami sa'yo," tugon ni Cree. "Bro, ibigay mo na." Tapik nito sa aking balikat.

Napalunok ako't klinaro ko muna ang aking lalamunan, kapagkuwa'y humugot nang lakas ng loob upang tumingin ng deretso kay Aeryn. Nahihiya kong iniabot sa kanya ang naiwan niyang bag sa aming paaralan.

"Inilagay ko narin diyan ang pinahiram mong libro sa'kin." Nagiiwas nang tingin kong sinabi.

"Hindi mo man lang ba papapasukin 'yang mga bisita mo?" Tinig nang isang Ginoong—siguro'y hindi nalalayo ang edad sa aking mga magulang.

"Hindi nyo pa sinasagot ang tanong ko. Anong ginagawa nyo rito? At paano nyong nalaman kung saan ako nakatira?" Sunodsunod nang tanong ni Aeryn, na hindi man lang makikitaan ng kahit na anong emosyon sa kaniyang mukha.

"Connection?" Patanong ko namang naitugon.

Kunot-noo ako nitong tiningnan at saglit na napatitig sa akin. Awtomatiko akong nag-iwas nang paningin.

Hindi ko talaga matagalan ang mga tingin ng babaeng 'to.

Kumunot ang aking noo nang makita ko si Zarkin na papalapit sa amin.

"Anong ginagawa nya rito?" Deretsong tanong ko.

"Dito na sya titira," deretso at walang pag-aalinlangan namang tugon ni Aeryn.

"Ano?!" Bulalas ko. "No! I mean—bakit?" Nagpupuyos na damdamin kong tanong.

"Sa tingin ko hindi mo na kailangang malaman kung bakit." Nakangiti namang sabad ni Zarkin.

"Hi Doc." Masiglang pagbati ni Cree nang mamataan nito ang kapatid ni Aeryn, na kaniyang naging doctor.

"Hi Creezando, kumusta kana?" Nakangiting anang doctor.

"Okay naman na, salamat po." Magalang na tugon naman ng isa. "Cree nalang po ang itawag nyo sa'kin, ang bantot kasi nang pangalan ko." Natatawa pang dugtong niya.

"Tuloy kayo, pumasok kayo sa loob. Magpapahanda ako ng snack." Mungkahi ng doctor na mas lalo namang ikinakunot ng noo ni Aeryn.

Binuksan ng driver ni Aeryn ang mataas na gate, upang makapasok kami.

"Marunong ka palang gumamit nyan?" Namamangha kong sinabi.

Inginuso ko ang palasong hawak ni Aeryn na pilit nitong itinatago sa kaniyang likuran. Sa halip na sumagot ay nagpatiuna itong maglakad papasok nang bahay.

"Ang laki naman ng bahay nyo Doc., mansyon pala." Masiglang ani Cree.

"This is not my house. It's Aeryn house," walang pagmamayabang na sinabi nang doctor.

"Grabe ang laki," hindi mapatid na paghanga ni Cree. "Ibig sabihin, iba pa ang bahay mo? At mas malaki pa dito?"

"Mas malaki 'to," natatawa narin na anang doctor.

Mas lalo kaming humanga nang makarating kami sa pinakaloob ng bahay. Napaawang ang aking bibig sa napakagarang disenyo ng mga ding-ding. At bawat dekorasyong naroon na mahahagip ng iyong paningin ay kulay ginto, o gawa sa ginto.

"Maupo muna kayo. Feel at home," baling ng doctor sa aming magkaibigan.

"Totoong ginto ba 'to?" Hindi na nga napigilan pang itanong iyon ni Cree nang makita ang coffee table, na nasa gitna ng mga sofa.

Tumango lang ang doctor na nagpalaki naman sa mga mata ni Cree. Ikinagulat namin ni Cree nang hatawin iyon ng driver ni Aeryn—gamit ang isang espada. Nagkatinginan kaming magkaibigan dahil hindi man lang iyon nabasag, o nagasgasan.

"Totoo nga," sabay naming wika ni Cree.

"What do you want to eat?" Seryosong tanong ni Aeryn.

"Kahit ano, okay lang." Nakangiting baling ni Cree rito.

Maingat kaming naupo ni Cree sa sofa. Sinundan ko nang tingin si Aeryn nang tinungo nito kung saan nakapatong ang isang telepono, kapagkuwa'y inangat iyon at nag-umpisang magsalita.

"Sa laki ng bahay nila kailangan nya pang tumawag para marinig sya sa kusina." Pabulong na ani Cree sa akin.

Lihim akong natawa sa sinabing iyon ng aking kaibigan. Malaki rin naman ang bahay namin, pero hindi ganito kalaki—na halos hindi mo na makikita kung nasaan ang iyong mga kasama.

Pilit na hinahanap ng aking mga mata ang Ginoong nakita ko kanina.

"May hinahanap ka?" Tinig ni Aeryn na aking ikinagulat.

"A-a 'yung lalake kanina, t-tatay mo?" Nauutal kong tanong.

Bahagya siyang napaisip sa aking sinabi.

"My fath—never mind," putol at buntong-hiningang aniya.

"Kumusta na ang pakiramdam mo?" Pang-iiba ko sa usapan.

"I'm okay now, thanks to you." malamyang aniya.

Ikinalungkot ko ang sagot niyang iyon, sapagkat ramdam kong may mabigat itong dinadala sa kaniyang isipan.

Ilang-sandali pa'y dumating ang tatlong mga naka-unipormeng kasambahay—bitbit ang mga pagkain, at inumin. Maingat nila iyong ipinatong sa tatlong coffee table na naroon. Nagsalin ng juice ang isa sa mga ito bago umalis.

Kinuha ni Aeryn ang isang baso at iniabot sa akin. Saglit akong napatitig sa kanya nang hindi ko namamalayan. Agad ko iyong inabot nang marinig kong panay ang pagtikhim ni Cree sa aking tabi. Inilahad ni Cree ang kaniyang kamay, senyales na sana'y abutan rin sya ni Aeryn ng juice. Awtomatiko kong inabot ang baso nang makita kong aabutin nga iyon ni Aeryn. Pareho kaming natigilan nang magdikit ang aming mga kamay. Agad nitong inalis ang pagkakahawak sa baso, at napahawak pa sa kaniyang dibdib na agad ko namang ipinag-alala.

"Okay ka lang?" Agad kong tanong.

Tumikhim ito't makailang-ulit pang tinutuktok ang sariling dibdib.

"I f-forgot something t-to do." Nauutal niyang wika't mabilis na tumalikod sa amin.

"Sa tingin ko pareho kayo ng nararamdaman." Natatawang baling sa akin ni Cree.

"Sa a-alin?" Nautal ako habang napapakamot sa sarili kong ulo.

Ipinagkibit-balikat ko nalang ang sinabing iyon ni Cree, at sumimsim nalang ng juice.

"Na hindi nyo gusto ang isa't-isa, kun'di mahal nyo ang isa't-isa." Deretsong anito, na ikinabuga ko sa juice na aking iniinom.

Napapaubo akong humarap kay Cree. Seryoso ako nitong tiningnan at inabutan pa ng tissue.

"Narinig ko ang sinabi mo kanina—ulol," anito't napahalakhak.

Bigla akong nakaramdam ng pagkapahiya. Inakala kong hindi nito narinig ang aking sinabi, sapagkat wala naman itong naging reaksyon nang bitawan ko ang mga salitang iyon.

"I will marry her as soon as we graduate." Seryosong ani Zarkin na ikinalingon namin sa kanya.

Hindi namin namalayang magkaibigan na naroon pa pala ito, at nakikinig sa aming pag-uusap. Napakuyom ang aking kamao, sapagkat hindi ko nagustuhan ang sinabi nito.

Chapter 21

Mortal vs. Immortal

Aeryn

Pagkatapos kong pakalmahin ang aking sarili'y bumalik ako sa living room, kung saan ko iniwan ang magkaibigang Cree at Axe. Natigilan ako nang makita kong parang mayroong pinagtatalunan sina Zarkin at Axe. Agad namang nanahimik ang mga ito nang makita akong papalapit.

"Is there something I missed?" Makahulugang tanong ko.

Binalingan ko si Axe nang hindi ako makakuha ng sagot mula kay Zarkin.

"Uuwi na kami, salamat sa pa-snack." Mukhang galit na anito. "Tara na Cree," baling nito sa kaniyang kaibigan.

"Uh?" Naguguluhan namang ani Cree, kapagkuwa'y tumayo at sumunod nalang sa kaibigan.

"Anong nangyari?" Nagtatakang baling ko naman kay Zarkin.

Tumikhim pa muna ito bago tumugon. "I don't know," kibit-balikat na aniya.

Agad ko itong tinalikuran at malalaki ang aking hakbang na sumunod sa magkaibigan.

"Wait..." Habol ko, ngunit nagpatuloy parin ang mga ito sa paglakad palabas ng mansyon.

Mas binilisan ko pa ang aking paglalakad upang maabutan ko sila.

"Wait sabi eh—" naiirita kong sinabi.

"Bakit ka pa sumunod?" Mahihimigan ang galit na tono ni Axe.

"Galit ka ba? Bakit?" Magkasunod kong tanong.

"Bumalik kana dun sa groom mo!" Singhal nito sa akin.

"What? Anong groom?" Naguguluhan kong tanong. "Can you stop?" Nagsisimula na akong magtaas ng tinig, dahil para kaming naghahabulan habang nag-uusap.

Bumuga ako nang marahas na hininga na ikinatigil nila sa paglalakad.

"Mauuna na 'ko sa sasakyan, Bro. Mag-usap na muna kayo." Pigil-ngiting ani Cree.

"No!" Magkasabay naming wika ni Axe sa mataas na tinig.

Samantala, kamot-ulo namang nagpalipat-lipat ng tingin sa amin ang nalilitong si Cree.

"Pakitanong dyan sa kaibigan mo kung anong problema nya? Hindi 'yong lalayas nalang sya basta nang wala man lang pasabi, kung bakit." Deretso kong sinabi.

"Ano daw problema mo, Bro?" Seryoso namang tanong ni Cree sa kaibigan.

"Wala! Pakisabi rin sa kanya wala syang pa-ke!" Siring ni Axe.

Kamot-ulong bumaling sa akin si Cree. "Wala ka daw pa-ke," kunot-noong aniya.

"Tell him, you're still inside my property, so I care." Pasinghal kong sinabi.

"Pwede tagalog nalang?" Hirit ni Cree.

"Say it!" Tipid kong utos.

"Putcha! Teka nga!" Pasinghal narin na ani Cree. "Magkaharap lang kayo uh—bakit hindi kayong dalawa ang mag-usap? Dinadamay nyo pa 'ko sa init ng ulo nyo." Siring pa nito sa amin. "Mag-usap kayo," dagdag pa niya.

Kapagkuwa'y itinulak pa si Axe papalapit sa akin, dahilan para mawalan ako ng balanse. Bago pa man ako mabuwal sa aking kinatatayua'y nahawakan na ako ni Axe sa baywang. Sunod-sunod akong napapalunok dahil sa sobrang lapit ng aming katawan sa isa't-isa. Panay ang pagkurap ng aking mga mata, sapagkat hindi ko kayang tagalan ang nakakapaso nitong mga tingin.

Agad kaming umayos sa pagkakatayo nang marinig namin ang lihim na pagtikhim ni Cree.

"Ano? Nahimasmasan na ba kayo?" May halong panunuksong ani Cree.

"Mauna kana, susunod nalang ako." Baling naman ni Axe sa kaibigan.

Tumango lang naman si Cree bilang pagsang-ayon, at patalikod pang kumaway sa amin habang papalayo.

"Ano mo ba ang Zarkin na 'yun." Panimula ni Axe.

"Ha? A-anong ibig mong s-sabihin?" Nauutal kong baling sa kanya.

"Is there something between the two of you? I mean—more than friends, you know." Seryosong aniya.

"No! Wala kaming relasyon."

"Bakit sabi nya paka—"

"Luna..." Putol ni Zarkin sa sinasabi ni Axe.

Inis ko itong nilingon. "What?"

"Kailangan ka sa loob," aniya.

"Pwede mamaya nalang? Nakikita mo nag-uusap kami uh," sabad ni Axe habang matalim na nakatingin kay Zarkin.

"M'lady!" Tawag naman ni Ruffer sa akin. "Tá tú ag teastáil ó d'athair." Kailangan daw ako ng aking ama—dagdag na wika nito sa aming salita.

"Umuwi kana muna. Magkita nalang tayo sa school bukas." Baling ko kay Axe.

Pagkasabi niyo'y agad ko itong tinalikuran, at nagmadaling bumalik sa loob ng mansyon.

Mabilis kong tinungo ang basement habang nakasunod naman sa aking likuran sina Ruffer at Zarkin. Walang mapaglagyan ang aking kaba nang makita ko ang aking tunay na ama. Pilit itong nagpupumiglas mula sa pagkakagapos ng malaki at makapal na kadena.

Nagtatanong na tingin kong binalingan sina Dada at Azmaar.

"I'm sorry, kailangan muna natin syang itali, hangga't hindi pa natin alam kung paanong matatanggal ang marka sa batok nya." Wika ni Dada, na may namumuong luha sa mga mata.

"Paano?" Tanong ko.

"Kailangan muna nating alamin kung paano tumibok ang puso mo." Baling nito sa akin.

"Anong kinalaman no'n sa marka nya?" Seryosong tanong ko habang nakatuon ang paningin sa aking tunay na ama.

"Kailangan mong patayin ang taong naging dahilan ng pagtibok ng puso mo, upang mabali ang sumpa." Nakakakilabot na sabad ni Azmaar.

"Ano?!" Bulalas ko. "Hindi ito ang tamang oras para magbiro." Galit kong baling sa aking kapatid.

"Hindi ako nagbibiro, Luna."

Awtomatikong nagkiskisan ang aking mga ngipin—gawa ng galit na lumulukob sa aking sistema. Hindi ko kayang tanggapin kung ano ang kaniyang sinasabi.

"Maghahanap ako ng ibang paraan." Mariin kong wika.

"Wala na tayong oras," ani Dada.

"Step down from your position as heir to the throne, and marry me." Tinig ni Azmaar.

Natatawa ko itong binalingan.

"Yan ba ang utos sa'yo ng reyna?" Hindi makapaniwalang tanong ko.

"Kapag nakasal ka sa isang mababang uring Eire na katulad ko, mawawala ka sa listahan ng tagapagmana sa trono. Kapag nangyari 'yon, maaaring tigilan kana ng reyna." Pagpapaliwanag niya.

"May punto sya," pagsang-ayon naman ni Dada.

"No! I will not marry my friend!" Mariin kong pagtanggi. "Maghahanap ako ng ibang paraan. Bigyan nyo pa 'ko ng kaunting oras," aking pakiusap.

Kinuha ko ang aking palaso at isinukbit iyon sa aking likod.

"Ruffer, inform my school that I am dropping out, effective right away." Maawtoridad kong tinuran.

"Anong binabalak mong gawin?" Kunot-noo akong hinarap ni Zarkin.

"No one questioned my decision." Malamig kong tugon. "Don't cross any boundaries, know your place." Mapait ko pang dagdag na ikinabagsak ng kaniyang balikat.

Awtomatiko siyang nag-iwas ng paningin sa akin.

Bumaling ako kay Dada at Azmaar. "Send troops if I do not return within twenty four hours."

"I'll come with you," wika ni Azmaar.

"No, mas kailangan ka dito ng ating ama."

"Pero hindi mo kayang harapin ang buong Eire ngayon ng mag-isa." Pag-aalalang aniya.

Bumuga ako ng isang malalim na hininga bago muling nagsalita. "Hindi habang panahon ay tutunganga nalang tayo dito at maghihintay sa kanilang pagsugod. Habang nagtatago tayo lalo nila tayong ginugulo, kaya mas mabuti ng may gawin tayo kaysa wala." Mahaba kong sinabi.

"Mag-iingat ka," pilit-ngiting ani Dada. "Lagi mong tatandaan, hindi ka nag-iisa sa laban na 'to." Aniya, kapagkuwa'y ginawaran ako ng isang mahigpit na yakap.

Agad akong naghanda sa aking pag-alis. Sinadya kong magsuot ng pulos-itim na damit upang hindi kaagad mamalayan sa buong palasyo ang aking pagdating. Isinuot ko rin ang aking leather armour upang proteksyunan ang aking sarili, kung sakaling hindi maganda ang kahahantungan ng aking pagsugod—sa Royal Hill.

<u>ROYAL HILL</u>

Matagal na panahon din akong hindi nakaapak dito sa Royal Hill. Agad na nangilid ang aking mga luha nang maalala ko ang aking ina. Pumatak ang aking mga luha nang matanaw ko mula sa 'di kalayuan ang palasyo. Sa muling pagtapak ko sa lugar na ito'y nanumbalik lahat ng sakit na nangyari sa buhay ko.

"Cé hé tusa?"

Itinaas ko ang tabing sa aking mukha't patagilid kong tiningnan ang nagmamay-ari sa tinig na iyon. Naramdaman ko mula sa aking likuran ang isang matulis na bagay. At kung hindi ako nagkakamali'y isa iyong sibat. Sa tono ng tanong kung sino ako'y mukhang hindi ako nito nakikilala.

"Foillsigh tú féin, nó is é pionós an bháis duit." Sinabi nitong ihayag ko ang aking sarili, kundi'y kamatayan ang ipapataw niyang parusa para sa akin.

"Tóg go dtí an Bhanríon mé." Sinabi kong dalhin nya ako sa reyna.

Agad ako nitong hinawakan sa braso, at halos kaladkarin na ako sa paglalakad.

Nang makarating sa palasyo'y agad nitong ipinagbigay alam na mayroon siyang nabihag na kahina-hinalang tao mula sa taas ng burol, patukoy nito sa akin.

"Níl sí ag iarraidh a rá cé hí agus d'iarr sí orm í a chur in aithne duit." Inihayag pa nitong ayaw ko raw ibunyag ang aking sarili't hiniling pang iharap sa reyna.

Bumukas ang mataas na pintuan, at bumungad sa akin ang nakaupong reyna sa tronong napapaligiran ng kaniyang mga tagapagsilbi't, tagapagbantay.

"Nocht tú féin, nó gearrfaidh mé as do cheann." Kampanting sinabi ng reynang ibunyag ko ang aking sarili, sapagkat kung hindi'y pupugutan nya ako ng ulo.

"I am the devil's heir," malamig at makapangyarihan kong sinabi.

Hindi nakaligtas sa aking paningin ang bakas ng takot sa kanilang mga mata nang marinig akong magsalita. Unti-unti kong ibinaba ang tabing na nagtatago sa aking mukha. Awtomatikong napatayo ang reyna mula sa kaniyang trono. Bakas sa reaksyon nito ang matinding pagkagulat nang ako'y makita. Yumukod ang lahat sa akin at nagbigay ng kanilang respeto. Binalingan ko ang lalakeng kanina'y kumaladkad sa akin papunta rito. Nahihiya pa itong nagbaba nang paningin, at humingi ng paumanhin.

"Maith sibh go léir! Ardaigh do chinn! Níl aon rud le meas a thabhairt di!" Maawtoridad na sinabi ng reyna sa lahat na itaas ang kanilang mga ulo, sapagkat walang dahilan upang magbigay respeto sa akin.

Agad namang kumilos ang lahat at itinuwid ang kanilang mga katawan.

"The courage to come here alone," nanlilisik na mga matang baling sa akin ng reyna.

"I'm not afraid of being alone, unlike you." Malamig kong wika.

Pinagtawanan nito ang aking sinabi at muli akong hinarap.

"Do you think you can fight me now, because your power starts to come out?" Natatawang aniya. "Kill her!" Bulyaw nitong utos sa kaniyang mga alagad.

Pumikit ako't huminga nang malalim, pilit na ikinakalma ang aking sarili. Hindi ako nagpunta rito upang maghayag ng labanan, kun'di gusto ko lang sana itong pakiusapang tanggalin ang inilagay niyang markang labis na nagpapahirap sa aking ama. Ngunit sadyang hindi talaga yata umaayon sa akin ang pagkakataon. Sa pagmulat ng aking mga mata'y nakatutok na sa akin lahat ng mga sandata. Ngunit hindi nila magawang itarak iyon sa akin, dahil sa malakas na puwersang aking pinakawalan. Buong lakas nilang pinipilit na itarak sa akin ang kanilang hawak na mga sibat, ngunit ni isa'y walang nagtagumpay.

Ikinumpas ko ang aking kaliwang-kamay, at sabay-sabay na tumilapon ang mga ito. Naramdaman kong mayroong nagpalipad nang palaso, kaya nama'y agad ko iyong tinapunan ng masamang tingin, at doon nagtama ang mga paningin namin ni Maarika. Nasalo ko ang palasong kaniyang pinakawalan at binali iyon.

"I came here to plead, not to fight." Mapait kong wika. "Remove the mark you put on my father, and no one will be hurt." Baling ko sa reyna.

"How dare you to say such things!" Sigaw nito sa akin. "I can't remove what has been engraved for a long time." Bigla'y naging seryoso ang mukha nito nang sabihin iyon.

"Then, tell me what should I do to free my father." Tanong ko.

"That mark on your father will only disappear when you kill the person who gave life to your power." Napapangiting aniya.

Nanlamig ako sa sinabi niyang iyon. Pansamantala akong natuod sa aking kinatatayuan, at para bang binibingi ako ng mga salitang kaniyang binitiwan.

Paano nilang nasasabi ng gano'n lang kadali ang pagpatay?

Mahal ko ang aking ama, at gusto kong tapusin na ang pagpapahirap sa kanya ng reyna.

Ngunit paano ko magagawang patayin ang taong bumuhay sa natutulog kong kapangyarihan?

Paano ko papatayin ang taong nagpapatibok sa aking puso?

Paano......

Chapter 22

Disaster

Axe

"**B**ro ano bang lugar 'to?" Pabulong na tanong ni Cree. "Bakit ba tayo sumunod dito?" Puno nang pangambang aniya.

"Hindi ko rin alam. 'Wag kana munang maingay dyan." Wika kong hindi inaalis ang paningin kay Aeryn, na noo'y nakatanaw sa isang napakaliwanag na lugar.

"Bro, umuwi nalang tayo. Sigurado naghihintay na 'yung piloto. Kapag nalaman ni Lolo na ginamit natin ang helicopter nang walang paalam—malilintikan tayo. Ay, ako nga lang pala." Mahabang litanya ni Cree sa pabulong na paraan.

Natutop naming magkaibigan ang aming sarili mga bibig nang bigla nalang mayroong sumulpot na armadong-lalake sa tabi ni Aeryn. At tinutukan pa ito nang isang matulis na bagay sa likuran.

"Sabi ko na sa'yo Bro, nakakakilabot sa lugar na 'to." Mahinang bulong ni Cree. "Bumalik na tayo, tumawag nalang tayo ng mga pulis." Dagdag pa niya, at may nangangatal na boses.

"Hindi tayo aalis dito nang hindi kasama si Aeryn." Mariin kong sinabi.

Kumilos ako nang makita kong kinakaladkad na ng lalake si Aeryn, ngunit natigilan ako nang bigla nalang nanahimik ang kaibigan ko sa aking tabi.

"Bro..." kabadong ani Cree.

Hindi ako nakakilos nang makita kong napapaligiran na kami ng mga armadong kalalakihan, katulad nang tumangay kay Aeryn.

"Lean mura bhfuil tú ag iarraidh dul amú." Wika nang isa sa mga ito—sa hindi ko maintindihang salita.

"W-what?" Utal kong tanong.

"Humans," maiksing anito. "Beir go dtí an Bhanríon iad." Baling nito sa kaniyang mga kasama na pawang nag-uutos.

"Ano daw? Papatayin na ba tayo?" Mahihimigan ang matinding takot sa tanong na iyon ni Cree.

Wala kaming nagawa laban sa mga ito, kun'di sumunod na lamang—kahit hindi naman namin naiintindihan ang kanilang mga sinasabi, at pinag-uusapan.

Bumukas ang malaki at mataas na pintuan sa aming harapan. Hindi ko maiwasang mamangha sa lugar, kahit pa nilulukob na ako ng matinding takot at kaba.

"A Bhanríon, a chara, tá roinnt mortals gafa againn ón gcnoc." Litanya ng pinakapinuno sa mga lalakeng bumihag sa amin.

Sa haba ng sinabi nito'y tanging mortal na salita lamang ang aking naintindihan.

Ano ba 'tong pinasok ko?

Nadidismaya ako sa aking sarili, sapagkat isinama ko pa sa kabaliwan ko ang aking kaibigan. Nilingon ko si Cree na noo'y tahimik lamang, ngunit mababakas ang takot at labis na pagkabigla sa kaniyang mukha.

Samantala, gulat na bumaling sa akin si Aeryn nang makita kami nito roon. Natuod ito sa kaniyang kinatatayuan, at kumikibot-kibot pa ang bibig habang nakatingin sa akin.

"Aeryn, kilala mo ba sila? Sabihin mong kaibigan mo kami." Nakikiusap na tinig ni Cree.

"Anong ginagawa nyo rito?" Hindi makapaniwalang tanong ni Aeryn.

"Sa tingin ko hindi 'yun ang dapat nating pag-usapan ngayon." Basag na tinig ni Cree.

"Speak english!" Sigaw ng isang Ginang sa mataas na bahagi ng malaking silid na iyon.

Napakagara ng kasuotan nitong napapalibutan ng kulay ginto. At kumikislap ang korona nito kapag natatamaan ng liwanag ng buwan. Napakahaba ng buhok nitong puting-puti ang kulay, kunti nalang ay malapit na iyong sumayad sa lupa.

"Let them leave," ani Aeryn.

Natawa ang Ginang sa sinabing iyon ni Aeryn.

"You know the rules here. No humans can get out alive once they set foot in my kingdom."

"I don't care about your rules. I will bring them out of here, whether you like it or not." Matapang namang tinuran ni Aeryn.

Kinilabutan ako sa takbo ng kanilang pag-uusap. Pakiramdam ko'y may mangyayaring hindi maganda. Tumataas ang tensyon sa silid na iyon. Mas lalong umigting ang kaba na aking nadarama nang makita kong unti-unting nag-iiba ang kulay ng buhok ni Aeryn. Nagiging kapareho na iyon sa buhok ng Ginang na kaniyang kaharap.

Ipinitik ni Aeryn ang kaniyang kanang-hintuturo. At laking-gulat nalang naming magkaibigan nang tangayin kami ng animo'y buhawi, at dinala kami niyon sa tabi ni Aeryn.

"Stay close to me." Malamig na aniya.

Pareho kaming natulala ni Cree at walang salita ang lumalabas sa aming mga bibig. Pakiramdam ko'y labis na nanunuyo ang aking lalamuna't hindi ko magawang magsalita.

"You let them out of here or I will destroy the kingdom you rule."

Nagkatinginan kami ni Cree sa sinabing iyon ni Aeryn, at mabilis na umakyat ang takot sa aking buong sistema.

"A-ano bang s-sinasabi mo?" Utal na bulong ko, ngunit hindi ako nakatanggap ng anumang sagot mula rito.

"You and your father are just the same. You will destroy the kingdom that gave you life, just for the human you insanely loved." Galit na tinig ng Ginang. "Scrios amach iad!" Dugtong nito sa nag-uutos na tinig sa mga armadong-kalalakihan.

Kapagkuwa'y umupo ang Ginang sa isang mataas at malaking upuang tinatawag na trono. Napapanood ko lamang iyon sa telebisyon, ngunit ngayo'y nakikita ko na ng malapitan.

Sumugod ang napakadaming mga lalake sa amin. Awtomatiko kaming dumepensa ni Cree, upang tulungan si Aeryn na labanan ang mga ito. Nanlaki ang aking mga mata nang makita kong muntik nang mahagip ng matulis na sibat si Cree, na agad namang nasalag ni Aeryn. Napakabilis kumilos ni Aeryn na para bang isa itong hangin na bigla nalang sumusulpot sa kung saan.

Habol-hininga kaming napatigil ni Cree nang makaramdam ng matinding pagod. Sobrang bilis gumalaw ng mga ito, magugulat ka nalang nasa harapan, o likuran mo na sila—nang hindi mo namamalayan.

Napapahanga ako kay Aeryn dahil nasasabayan nya ang mga ito, at nahihigitan pa. Napapahiyaw ang mga lalakeng iyon sa tuwing natatamaan sila ng tadyak ni Aeryn, at tumitilapon naman sa malayong bahagi ang bawat nahahawakan niya.

Buong puwersa kong nahawakan ang sibat na muntik nang tumarak sa akin. Sa sobrang lakas niyo'y napahiga ako. Halos lumuwa na ang mga ugat ko sa braso upang pigilan iyong tumarak sa aking dibdib.

"Bro!" Hiyaw ni Cree.

Nakakuha siya ng sibat at malakas niyang hinampas ang lalakeng sumugod sa akin, ngunit hindi man lang iyon natinag sa lakas ng hampas ni Cree rito.

"Aeryn!" Malakas na hiyaw ni Cree sa pangalan nito.

Biglang sumulpot si Aeryn at hinawakan nito ang ulo ng lalake at pinihit iyon, dahilan upang bumulagta ito sa aking tabi. Inilahad ni Cree ang kaniyang kamay upang tulungan akong makabangon, habang si Aeryn nama'y abala parin sa pakikipaglaban.

Nasilayan kong muli ang kulay asul-berde nitong mga mata, ngunit kakaiba iyon ngayon kumpara noong una ko iyong makita. Sa tuwing pumipikit siya'y umiihip ang malakas na hangin. Sa bawat pagmulat naman ng kaniyang mga mata'y kumikislap iyon, at tumitilapon kahit gaano pa kadami ang nakapalibot sa kanya. Ngayon ko lang napagtanto na hindi ito isang ordinaryong tao lamang. Ngunit gayunpama'y hindi ko na kaya pang itanggi kung ano ang tunay kong nararamdaman para sa babaeng ito. Sa kabila ng aking mga nakikita't nalalaman, hindi ko na kaya pang pigilan ang puso kong mahalin siya. At sa mga sandaling ito'y mas lalo ko pa siyang nagugustuhan.

"Aeryn!" Bulalas ko nang tumarak sa likuran nito ang sibat.

Agad ko itong tinakbo, at buong lakas na tinadyakan ang lalakeng may hawak sa sibat. Tumilapon ang lalake at naiwan ang sibat na nakatarak pa sa likod ni Aeryn. Agad akong nataranta nang makita kong unti-unti nang umaagos ang dugo nito. Pilit niyang inaabot ang sibat, at nang mahawakan iyo'y bigla nalang iyong hinugot mula sa kaniyang likuran. Napapikit ako sa ginawa niyang iyon, dahil ako ang nasasaktan para sa kanya. Nang imulat ko ang aking mga mata'y bumuhos ang malalaking butil ng aking luha.

Hinugot niya ang palasong nakasukbit sa kaniyang likuran, at ibinala iyon sa kaniyang pana. Kapagkuwa'y humarap sa akin at pinalipad ang palaso. Dumaan iyon sa aking uluhan, at nanlalabo ang paningin kong pinagmasdan kung paano sinalubong nang palaso ni Aeryn ang isa pang palaso papunta sa aking gawi. Nahati ang isang palaso at bumagsak iyon sa aking harapan. Mas lalong bumuhos ng malakas ang aking mga luha nang makita ko kung paano ako nito pinoprotektahan, na dapat ay ako ang gumagawa. Nagagalit ako sa aking sarili na wala man lang akong magawa para protektahan siya.

Nag-angat ako ng paningin, at agad kong pinahiran ang aking mga luha nang maaninag ko ang mukha ni Zarkin. At katulad ni Aeryn ay may hawak din itong pana.

What the fuck!

Humugot ito ng palaso at ibinala sa hawak niyang pana. Napalunok ako nang itutok niya iyon sa akin. Agad naman humarang si Aeryn sa aking harapan.

"Don't do this," nakikiusap na tinig ni Aeryn.

"Kung hindi mo kaya, ako ang gagawa para sa'yo." Bigla'y nag-iba ang tono ng tinig na iyon ni Zarkin, ibang-iba kung paano ito magsalita sa aming paaralan.

Nangilid ang aking mga luha nang makita kong gumagalaw ang balikat ni Aeryn, halatang nagpipigil itong umiyak. Napagmasdan ko rin ng malapitan ang dumadaloy nitong dugo sa likuran—gawa nang sugat na galing sa sibat.

"Wag mo 'kong piliting saktan ka." Garalgal na tinig ni Aeryn.

"Sinisira mo ang 'yong sarili para sa taong 'yan?" Hindi makapaniwalang ani Zarkin.

"Mahal ko sya," deretsong wika ni Aeryn na nagpabagsak sa pinipigil kong mga luha.

Chapter 23

Sacrifice

Azmaar

Naihampas ko ng malakas ang naagaw kong sibat sa royal guard nang marinig ko ang mga salitang binitiwan ni Luna. Sa matinding lakas ng pagkakapalo ko'y naputol pa iyon sa katawan ng aking hinampas.

Hindi ako makapaniwalang magmamahal din ito ng isang mortal, kagaya ng aming ama. Hindi ko inaasahang isang mortal na naman ang magiging dahilan ng alitan sa aming buong lahi. Inakala kong maibabalik na sa ayos ang lahat kapag lumabas na ang kapangyarihan ng aking kapatid, ngunit nagkamali ako. Kung alam ko lang na sa ganito hahantong ang lahat ay hindi ko na sana ito hinayaang makalabas pa ng Royal Hill. Mas gugustuhin ko pa maging makasarili, kaysa makita itong nahihirapan magdesisyon sa isang bagay na hindi niya gustong mangyari.

Hindi ko itatangging natatakot ako na baka mas piliin pa nito ang taong iyon, kaysa buhay ng aming ama.

"Drop your weapon," nakikiusap na tinig ni Luna kay Zarkin.

Humigpit ang pagkakahawak ni Zarkin sa palaso, at anumang oras ay handa niya iyong pakawalan. Nanginginig ang mga kamay nito, at halatang nagpipigil ng sariling emosyon.

"Move," pigil ang mga luhang ani Zarkin.

Ngunit nagmatigas si Luna, at lalo lamang nito iniharang ang kaniyang sarili upang ikubli si Axe.

"Nakikiusap ako, 'wag mo syang sasaktan." Nagsusumamong wika ni Luna.

Kumilos ako nang makita kong pinakawalan ni Zarkin ang palaso, ngunit pinalipad niya iyon sa ibang direksyon—kung saan nakapuwesto si Maarika, na noo'y inaasinta naman si Luna. Narinig ko ang sunod-sunod na pagmumura ni Maarika, sapagkat nahagip ito sa braso ng palasong pinakawalan ni Zarkin.

"Umalis na kayo rito." Utos ni Zarkin kay Luna. "Ilabas mo na sila rito." Pagkasabi niyo'y sinundan nito si Maarika na palabas nang bulwagan kasama ang reyna.

"Zarkin!" Habol na sigaw naman ni Luna rito. "Azmaar, keep him safe—please." Humahangos na baling sa akin ni Luna.

"S-saan ka pupunta? S-sumama kana sa'min." Utal na sabad ni Axe.

Hinarap ito ni Luna at hinawakan sa mga kamay. "Wag mo 'kong alalahanin. Ang isipin mo makaalis kayo ng kaibigan mo rito."

Muling bumaling sa akin si Luna at mayroong nakikiusap na mga tingin.

"Sumunod kayo sa akin." Baling ko naman sa magkaibigang Axe at Cree.

Kapagkuwa'y nilingon ko si Luna, "mag-iingat ka—" paalala ko.

Tumango lang ito at mabilis na sinundan si Zarkin.

"Doc. Ano bang lugar 'to?" Habol ang hiningang tanong sa akin ni Cree.

"I don't think that's the right question now," tugon ko.

Natigilan kami nang humarang sa aming harapan ang kanang-kamay at tapat na tagapaglingkod ng reyna.

"Stay behind me," maawtoridad kong utos sa magkaibigan.

Agad naman silang sumunod sa akin at humakbang patalikod.

"Ní bheidh mé ag troid leat, a Phrionsa, mar sin is fearr duit an bheirt sin a thabhairt suas." Sinabi nitong hindi nya ako lalabanan, kaya't mabuti pang isuko ko nalang ang dalawang magkaibigan.

Ngunit hindi ako nagpasindak sa kanya.

"Bain triail as más féidir leat." Sinabi kong subukan nito kung kaya nya.

Agad ako nitong sinugod gamit ang kaniyang espada. Hinuli ko iyon gamit ang aking mga palad. Hindi ko maitatangging malakas ito, kaya't napaatras ako habang ipit ang dulo ng kaniyang espada sa aking mga kamay. Ikinagulat ko nang bigla nalang itong paluin ni Axe sa ulo gamit ang kapirasong sibat.

"I said, stay at my back." Inis kong ulit sa sinabi ko kanina.

Kumilos ako nang hugutin nito ang kaniyang espada at handang sugurin si Axe. Paikot ko itong tinadyakan sa leeg na kaniyang ikinabuwal. Agad naman itong tumayo at muli akong hinarap. Mabilis kong pinulot ang kapirasong sibat, at iyon ang ginamit kong panlaban rito.

"No one dares touch my son."

Natigilan kami at sabay na napalingon sa malamig na tinig na iyon.

"Father..." gulat kong sambit.

Paano itong nakaalis ng mansyon?

Agad kong naisip sina Luna at Zarkin, sapagkat sinundan ng mga ito ang reyna at si Maarika. Gumuhit ang kabang ni minsa'y hindi ko pa nararamdaman. Hindi ko kayang isipin na may nangyaring hindi maganda sa aking kapatid.

Napapikit kami ng umihip ang napakalakas na hangin, at nang mapawi iyo'y nakita kong nakabulagta na sa sahig ang tapat na tauhan ng reyna.

Inilang hakbang ko ang kinatatayuan ng aking ama't hinarap ito. "What happened? How?" Nalilito kong tanong.

"Hindi ko alam, namalayan ko nalang dito ako dinala ng aking mga paa, nang maramdaman kong nasa panganib kayong magkapatid." Malalim na tugon nito sa salitang tagalog. "Nasaan ang 'yong kapatid?" Tanong niya.

Agad kong tiningnan ang batok nito, at nabalot ako ng pangamba nang makita kong wala na ang kaniyang marka roon.

Mabilis akong pumihit at sinundan ang daang tinahak nila Luna. Agad namang sumunod ang mga ito sa akin.

Aeryn Luna...
Kapatid ko...

Inabutan naming malakas na humahagulhol si Zarkin, habang yakap nito ang walang-malay na katawan ng aking kapatid. Tinakbo ng aking ama ang kanilang kinaroroonan at hinawi nito si Zarkin, kapagkuwa'y mahigpit na niyakap ang katawan ni Luna.

"Anak ko... Aking prinsesa." Nag-uunahang pumatak ang mga luha ng aming ama nang sambitin iyon. "Patawarin mo ang tatay." Humahagulhol nitong wika.

"A-anong nangyari?" Utal at pigil ang luhang tanong naman ni Axe habang nakatitig sa mukha ni Luna.

Hindi ko kayang tugunin ang tanong niyang iyon. Napako ako sa aking kinatatayuan, at hindi ko magawang maihakbang ang aking mga paa. Pakiramdam ko'y napakabigat niyon na hindi ko magawang gumalaw. Nakita kong napaluhod si Axe at impit na umiiyak habang paulit-ulit na sinasambit ang pangalan ng aking kapatid. Napapaluha rin ang kaibigan nitong hinahaplos siya sa likuran.

"Anong nangyari?" Pumatak ang aking mga luha nang itanong ko iyon kay Zarkin.

"Nalaman nyang kapag nawala sya, lalaya sa sumpa ang inyong ama, at mabubuhay ang taong gumising sa kanyang kapangyarihan." Mahabang tugon nito habang humihikbi. "Sinalo nya ang palasong dapat ay para sa'kin." Humahagulhol pa nitong dagdag.

Muli kong tinanaw si Luna na noo'y mahigpit parin na yakap ng aming amang hindi mapatid sa pagluha. Sumisikip ang dibdib ko't nahihirapan akong makahinga. Hindi ko kayang ipaliwanag ngayon ang aking nararamdaman. Pakiramdam ko'y kalahati ng aking buhay ang nawala. Hindi ko mapangalanan ang sakit na sumasalakay sa aking buong sistema. Nanlalabo ang aking paningin, gawa ng makapal na luhang nag-uunahang bumagsak sa aking mga mata.

Tumayo si Axe at lumapit sa walang-buhay na si Luna. "C-can I t-touch her?" Garalgal na tinig nito.

Tumayo ang aking ama't pinaubaya ang mga sandaling iyon sa binata.

"Aeryn... wake up," lumuluhang sambit nito habang hawak ang uluhan ng aking kapatid. "Sabi mo mahal mo 'ko, 'di ba? Kaya hindi mo 'ko pwedeng iwan."

Mas lalong bumuhos ang aking mga luha sa sinabing iyon ni Axe.

"Mahal rin kita..." Patuloy nitong pagluha. "Mahal na mahal, kaya please gumising kana." Humihikbing bigkas pa niya. "Alam mo, no'ng-una kitang makita sa kakahuyan, four years ago— ipinangako ko sa sarili kong hahanapin kita kapag malaki na 'ko.

Ngayong nakita na kita ulit, 'wag mo naman akong iwan ng ganito."
Pagkausap nito kay Luna.

Kahit pa alam naman naming lahat na kahit ano pang sabihin
namin ngayo'y hindi na kami nito maririnig pa.

Mahigpit nitong niyakap ang walang-buhay na katawan ni
Luna, kapagkuwa'y hinagkan ito sa noo. Napahagulhol pa ito ng
mas malakas, nang mapagtanto niyang wala na nga talagang
buhay ang babaeng kaniyang yakap-yakap.

Sa huling sandali ng buhay ni Luna ay mas nanaig parin ang
pagmamahal sa puso nito. Ni hindi na nito inisip ang kaniyang
sarili, maisalba lamang ang mga taong mahalaga sa kanya.

Pero paano naman kaming iniwanan nya?

*Paano naming tatanggapin na hindi na namin sya makakasama
pang muli?*

*Paano ko matatanggap na ang sarili kong ina ang puno't-dulo
sa lahat nang paghihirap na dinanas ng mahal kong kapatid.*

Pakiramdam ko'y para narin akong namatay...

Chapter 24

Pain

Axe

Biglang nanikip ang aking dibdib nang makita ko si Aeryn na walang-malay. Nanlamig ang aking katawan at pinanghihina ng impit kong pag-iyak ang aking mga tuhod.

Aeryn...

Paulit-ulit kong binibigkas ang kaniyang pangalan, nagbabaka-sakaling magigising ito kapag narinig niya ang aking boses. Napahagulhol ako kasabay ng malakas na pagbuhos ng ulan. Mahigpit kong niyakap ang wala nang buhay na katawan ni Aeryn. Sa mga sandaling ito'y hindi ko kayang pangalanan ang sakit na aking nararamdaman. Pakiramdam ko'y namamanhid ang aking buong katawan sa labis na pagdadalamhati.

"Bumalik na kayo sa inyong mundo." Garalgal na tinig ng ama ni Aeryn. "Zarkin, ihatid mo sila. Siguraduhin mong makakauwi sila ng ligtas—tulad ng gusto ni Luna." Tuloy-tuloy na pumatak ang mga luha ng Ginoo nang sabihin iyon.

Pagtango na lamang ang naitugon ng umiiyak na si Zarkin.

"Kailangan nyo ng umalis dito." Tinig ng doctor na kapatid ni Aeryn.

"Hindi ko kayang umalis na hindi sya kasama." Humihikbing saad ko.

"Parang sinabi mo narin na walang saysay na isinakripisyo ni Luna ang kanyang buhay para mabuhay ka." Pigil ang mga luhang wika ng doctor.

Bahagya kong pinahiran ang aking mga luha at bumaling rito. "Hindi ko maintindihan. Bakit kailangan humantong sa ganito ang lahat." Pagkasabi niyo'y unti-unti na namang pumapatak ang aking mga luha.

Para bang hindi nauubos ang mga luhang iyon at nagkukusa nalang pumatak.

"Sa ayaw at gusto natin mangyayari at mangyayari 'to, dahil pinili nyang mabuhay ka."

Hindi nakaligtas sa akin ang pagpatak ng mga luha ng doctor, na agad naman nitong pinahiran. Pilit man nitong ikubli ang sakit na nadarama'y hindi niyon mapipigil ang mga luhang nagkukusang bumagsak sa kaniyang mga mata.

"Dalhin mo na sila sa border." Nag-uutos na baling nito kay Zarkin.

"Bro, tara na—" tinig ni Cree nang hindi ako kumilos.

Pinakatitigan ko ang mukha ni Aeryn na para lamang itong natutulog. Sunod-sunod na pumatak ang aking mga luha nang hawakan ko ang kamay nito. Pinisil ko iyon—umaasang sana'y maramdaman ko ang tibok ng kaniyang pulso. Hinagkan ko ito sa noo, kapagkuwa'y dinampian ko ng isang matamis na halik ang kamay nito.

"I will ensure that we meet again in our next life." Sinabi ko habang patuloy lang sa pagluha.

Mabigat ang aking mga hakbang na lumayo sa kanila. Hindi maawat ang mga luha kong mas malakas pa sa agos ng dagat ang pagdaloy.

Sa maikling panahong nakasama ko si Aeryn, pakiramdam ko'y matagal ko na itong nakapiling. Hindi ko alam kung paanong haharapin ang mundo na wala siya sa aking tabi.

Muli kong nilingon si Aeryn na noo'y buhat na ng kaniyang kapatid. Napahawak ako sa aking dibdib, sapagkat nahihirapan akong makahinga. Hindi ko mawari kung ano at saan ang masakit sa akin.

"Bro..." nang-aalong tinig ng aking kaibigan habang hinahaplos ako nito sa likod.

Nagpatuloy kami sa paglalakad palabas sa lugar na iyon, ngunit hindi parin mahinto ang aking pagluha.

Katulad nang inutos ng ama't kapatid ni Aeryn, sinigurado muna ni Zarkin na makasakay kami ng helicopter at makalayo sa lugar na iyon—bago ito umalis.

Kahit sa huling sandali ng kaniyang buhay, kaligtasan ko parin ang iniisip nito. Sapagkat nang dumating kami sa border ay mayroon ng helicopter ang naghihintay doon para sa amin.

Lumuluha akong bumaling sa lalakeng laging kasama ni Aeryn, sa tuwing pumapasok ito sa eskuwela. Hindi ito makikitaan ng luha sa mga mata, ngunit mababakas naman ang matinding kalungkutan sa kaniyang mukha.

Nakakabinging katahimikan ang namutawi sa himpapawid, at walang sinuman sa amin ang gustong magsalita.

SA BAHAY NG MGA DEL FARRO

Wala sa sariling pumasok ako sa aming bahay.

"Axe, sa'n ba kayo nanggaling at inabot na kayo ng madaling-araw? Pinag-aalala nyo kami, hindi man lang kayo tumawag kung saan kayo pupunta. Papatayin nyo 'ko sa nerbyos, magdamag kayong hindi makontak." Pag-aalalang bungad sa amin ni Mummy.

"Pasensya na po Tita, may pinasyalan lang po kaming kaibigan. Medyo malayo po kasi, kaya natagalan kaming makauwi." Pagpapaliwanag ni Cree sa nag-aalala kong ina.

"Ano 'yan? Dugo ba 'yan?"

Umiwas ako nang akmang lalapit sa akin si Mummy.

"I spilled ketchup," tipid kong sagot. "Aakyat na po ako," mabilis kong wika't patakbong umakyat ng hagdan patungo sa aking silid.

"Ipaghahanda ko kayo ng makakain." Pahabol na ani Mummy.

"Tutuloy narin po ako, Tita." Dinig kong paalam ni Cree bago ko tuluyang isinara ang pintuan ng aking silid.

Dumeretso ako sa banyo upang maligo. Natigilan ako nang makita ko sa salamin ang aking sarili. Hinawakan ko ang damit kong nabahiran ng dugo ni Aeryn. Napaupo ako nang bumuhos muli ang malalaking butil ng luha sa aking mga mata. Impit akong umiyak ng umiyak habang yakap ang aking sarili.

"Ang daya mo, ang daya-daya mo." Humihikbing sambit ko. "Sinabi mong mahal mo 'ko, tapus iiwan mo lang din pala ako."

Palakas ng palakas ang aking pag-iyak. Nasasaktan akong isipin na hindi ko man lang naipaalam sa kanya ang aking tunay na nararamdaman. At iyon ang isa pang dahilan na nagpapabigat sa nadarama kong kalungkutan. Labis akong naghihinagpis na hindi ko nasabi sa kanya kung gaano ko siya kamahal. Lalong nakadaragdag sa bigat na aking kinikimkim ang hindi ko naipakita at naiparamdam sa kanya ang pagmamahal na iyon.

<u>KINABUKASAN</u>

"Axe, gumising kana, today is Monday."

Tinanggal ni Mummy ang pagkakatalukbong ng kumot sa akin.

"Hindi po ako papasok," matamlay kong sinabi.

Mababakas ang matinding pag-aalala sa mukha ni Mummy nang makita ako nito.

"Anong nangyari sa'yo? May sakit ka ba?" Buong pag-aalalang anito, at kinapa pa ang aking noo. "Ang taas ng lagnat mo ah, sandali lang kukuha ako ng gamot." Natatarantang aniya.

Bumalik itong may dalang tubig at gamot.

"Inumin mo muna 'to, ipaghahanda kita ng mainit na sabaw."

Isinubo niya sa akin ang gamot, at inalalayan akong makainom ng tubig.

"Hindi ko alam kung saan kayo nanggaling kahapon, pero nakarating sa'kin—ginamit nyo daw ang helicopter ng Lolo ni Cree. Saka na kita pagagalitan, kapag wala ka ng lagnat." Buntong-hiningang aniya.

Samantala, napatitig ako sa librong nakapatong sa bedside table.

"Nakita ko 'yan sa mailbox," ani Mummy. "Mahiga kana muna, ipaghahanda kita ng makakain."

Inalalayan pa ako nitong makahiga, kapagkuwa'y kinumutan pa muna ako bago lumabas sa aking kuwarto.

Nagtataka kong inabot ang libro. Hinaplos ko muna iyon bago binuklat.

Napabalikwas ako nang mahulog mula roon ang isang maliit na sobreng nakapangalan pa sa akin.

Binuksan ko iyon, ngunit hindi ko pa man nababasa ang nakasulat roo'y nag-uumpisa ng mahulog ang aking mga luha.

Dear Axe,

Hindi ko alam kung ano ang mangyayari kapag nabasa mo na ang sulat na 'to. Sinikap kong isulat ito sa tagalog para sa'yo.

Salamat, hindi mo 'ko nakalimutan sa loob ng apat na taon. Gusto kong sabihin sa'yo—ni minsan hindi ka naalis sa aking isipan, simula ng magkakilala tayo sa kakahuyan, sa England.

Ikaw ang unang batang kumausap at nagtanong sa pangalan ko. Ikaw ang unang batang tumingin sa mga mata ko nang hindi natatakot.

Bumagsak ang malakas na agos ng aking mga luha. Malalaking patak ng luha ang nalaglag sa sulat habang tahimik ko iyong binabasa.

Anuman ang mangyari, ayukong sisihin mo ang 'yong sarili. Ginawa ko ang sulat na 'to para ipaalam sa'yong wala kang kasalanan sa lahat.

To tell you honestly—when the world closes its doors on me, you are the one who opens them. When darkness surrounds me, you are the light that guides my way. Without you, I would be lost.

Ikaw ang naging inspirasyon ko kung bakit ginusto ko pang mabuhay ng mas matagal, kahit matagal ko ng sinukuan ang sarili kong buhay. Ikaw ang naging dahilan kung bakit ginusto kong magpatuloy sa madilim kong nakaraan.

Saan man ako mapunta hinding-hindi ka mawawala sa aking puso't isipan. Mananatiling ikaw ang una't huling taong nanaisin kong makita sa bawat sandali ng aking buhay.

Nabasa ang sulat na iyon ng aking mga luha. Niyakap ko iyon na para bang yakap ko si Aeryn sa aking mga bisig.

Napahagulhol ako sa sakit na hindi ko mawari kung saan. Sa maikling sulat na kaniyang ginawa'y napaparamdam no'n sa akin ang pagmamahal. Pagmamahal na hindi ko man lang naipakita sa kanya.

Hindi ko alam kung paanong haharapin ang bukas na tanging kapirasong sulat lamang ang magpapaalala sa akin ng lahat. Hindi ko alam kung kakayanin ko pang bumangon sa malalim na pagkakalubog.

Kinakain ng matinding kalungkutan at pangungulila ang aking puso. Pakiramdam ko'y nasadlak ako sa kadiliman, at hindi ko alam kung kailan ako makakakita ulit ng liwanag.

Chapter 25

THE END

Axe

Nagising ako sa nakakasilaw na liwanag mula sa bintana. Hinawi ko ang kurtinang nililipad ng hangin, at nakapikit kong sinalubong ang sariwang simoy niyon. Payapa kong tinanaw ang mala-kristal na tubig ng dagat, at tiningala ko ang bughaw na kalangitan.

Natanaw ko si Cree na kumakaway mula sa dalampasigan kasama ang kapatid kong si Xam. Napangiti ako nang batuhin ni Xam ng bola si Cree, at tinamaan ito sa uluhan. Napatili nalang ang isa nang buhatin ito ni Cree at dinala sa tubig.

Agad akong lumabas sa cabin nang mahagip ng aking paningin ang isang babae na puting-puti ang buhok. Tahimik lang itong nakatayo habang pinagmamasdan ang hampas ng mga alon sa dagat. Malalaki ang hakbang kong tinungo ang kinatatayuan nito.

"Brielle," tawag sa kanya ng isang lalake.

Natigilan ako nang marinig ko ang pangalan nito.

Napabuntong-hininga ako nang mapagtanto kong nakayapak lang akong lumabas, dahil sa labis na pagmamadali.

Babalik na sana ako sa loob ng cabin, ngunit lumingon ang babae't nagtama ang aming mga paningin. Natuod ako sa aking kinatatayuan nang makita ko ang mukha nito. Gustuhin ko mang gumalaw, ngunit tila napakabigat ng aking mga paa't hindi ko iyon magawang maihakbang. Sandali itong napatitig sa akin. Bumilis ang pagtibok ng aking puso, at hindi ko magawang alisin ang paningin ko sa kanya.

Tumalikod ito't sumunod sa lalakeng tumawag sa kaniya. Inilang-hakbang ko ang pagitan naming dalawa at hinuli ko ito sa pulsuhan. Gulat itong tumingin sa akin. Agad na nangilid ang aking mga luha nang makita ko ang mukha nito ng malapitan. Hinila ko ito papalapit sa akin at niyakap ko siya ng mahigpit.

Pilit nitong kinalas ang pagkakayakap ko sa kanya. At nang makawala sa aking mga bisig ay pinakawalan nito ang kaniyang palad sa aking mukha.

"Pervert!" Singhal nito sa akin.

"Aeryn, a-ako 'to—s-si Axe." Garalgal kong wika.

"I don't know you!" Galit nitong sinabi.

Napatingala ako, sapagkat pinipigilan ko ang mga luhang gusto nang bumagsak sa aking mga mata.

Samantala'y agad namang lumapit sa amin sina Xam at Cree.

"Kuya, what happened?" Naguguluhang tanong ng aking kapatid. "Ate Aeryn, you're alive?" Gulat na baling nito sa babae.

"What are you saying?" Kunot-noong tanong naman ng babae.

"Sorry Miss, napagkamalan ka lang. Kamukha mo kasi 'yung kaibigan naming namatay." Malungkot na paliwanag ni Cree.

"Oh no, I'm sorry to hear that." Napapakurap namang anito.

"Brielle, let's go—we're late." Muling tawag ng lalake rito.

Bumaling ito sa akin.

"I'm sorry—" aniya, at mabilis kaming tinalikuran.

"Bakit mo niyakap?" Seryosong tanong ni Cree.

Malalaki ang hakbang na bumalik ako sa cabin. Binuksan ko ang refrigerator at kumuha ng canned beer. Binuksan ko iyon at deretsong uminom. Humahangos kong inilapag ang lata ng beer sa mesa, at nayupi pa iyon gawa ng labis kong panggigigil.

"Bro..." tinig ni Cree na nagpakalma sa akin.

Narinig ko ang buntong-hininga nito at seryosong humarap sa akin. "It's been ten years, since Aeryn died. Baka sign narin na nakakita ka ng kamukha nya para kalimutan sya."

Hindi ko alam kung paanong sasagot sa sinabing iyon ni Cree. May punto sya, pero sadyang hindi ko lang yata kayang tanggapin na napahiya ako kanina.

"Pwede mo bang alamin ang pagkatao ng babaeng 'yun?" Pakiusap ko.

"Ano? As if naman gano'n lang 'yun kadali. Ni hindi nga natin kilala ang taong 'yun." Siring nito sa akin.

"Kaya nga aalamin, 'di ba? Atsaka ano pa't naging Chairman of Board ka ng Intelligence Group ng Lolo mo, mani nalang sa'yo 'yan." Panghihikayat ko rito.

Kumuha ako ng dalawang canned beer at iniabot ang isa niyon sa kanya.

"May magagawa pa ba naman ako," napapailing nalang na anito. "Pangungunahan na kita huh, matagal ng patay si Aeryn. Kitang-kita ng dalawang mata natin 'yun, kaya imposibleng sya ang babaeng 'yun."

Humigpit ang pagkakahawak ko sa lata ng beer na aking iniinom. Naiintindihan ko ang sinasabi nito, ngunit hindi maalis sa aking sarili ang kakarampot na pag-asang—sana'y si Aeryn ang babaeng iyon. Agad din namang napawi ang aking pantasya ng maramdaman ko ang masakit kong mukha. Sa lakas ng sampal ng babaeng iyo'y tila nangapal ang aking mukha, at bumakat pa yata ang mga daliri nito sa aking pisngi.

Bumaling ako kay Cree na noo'y natatawang nakamasid sa akin.

"What?" Masungit kong tinuran.

"Masakit ba?" Nagsisimula nang lumakas ang pagtawa nito.

"Tss!" Siring ko nalang sa kawalan ng masasabi.

"Siraulo ka kasi—niyakap mo ba naman." At tuluyan na nga itong natawa. "Hindi rin naman kita masisisi, kasi kahit kami ni Xam, sobrang nagulat talaga. Kinilabutan pa nga 'ko, akala ko minumulto kana ni Aeryn. Pero nung sinampal ka at narinig ko ang pangalan nya, natauhan ako bigla." Mahabang dugtong pa niya.

"Pangalan lang naman ang naiba, malay natin kung buhay nga talaga sya." Bigla ako naging seryoso nang sabihin iyon.

"Imposible," hindi naman makapaniwalang aniya.

Kunot-noo akong bumaling kay Cree nang marinig kong mayroon itong kinakausap.

"I sent the photo. Can you dig all the details about her?" Seryosong anito sa kausap. Sumenyas ako rito—nagtatanong kung sino ang kaniyang kausap, ngunit tinalikuran lamang ako nito.

"Thanks Bud," Putol nito sa kanilang pag-uusap.

"Sino 'yun?" Nagtataka kong tanong.

"That is called connection," nagyayabang na aniya.

Binato ko ito nang wala ng laman na lata ng beer, na agad naman niyang nasalo. Umiiling siyang humarap sa akin.

"Nakalimutan mo na yatang high rank ang bestfriend mo sa military."

"Pangalawa ka lang sa'kin," natatawa kong sinabi.

"Atleast—may rank parin," nakangusong aniya.

Nilapitan ko sya, dahil panay ang pagtitig nito sa kaniyang cellphone.

"A..." Hindi ko naituloy ang gusto kong sabihin, sapagkat kitang-kita ko ang larawan ng babaeng kahawig ni Aeryn. Kinuhanan pala ito ni Cree nang retrato ng hindi ko namamalayan.

"Hawig na hawig talaga nu?" Ani Cree.

Kapagkuwa'y zi-noom-in pa nito ang larawan, dahilan upang mabuhay ang aking pag-asang—sana'y ang babaeng iyon at si Aeryn ay iisa.

Pareho naming ikinagulat ang pagtunog ng kaniyang cellphone.

"Hey Bud," sagot nito sa tawag.

"Speaker phone," mahina kong bulong na agad naman nitong sinunod.

"Marguirita Briella II, ang pangalan nya. Pa'no mo sya nakilala? According to my research, she's the daughter of the late King of UK, Krinn Finnick VI."

Umawang ang bibig naming magkaibigan sa aming narinig.

"She's a high profile, hindi ako maka-access sa sites, at 'yan lang ang lumalabas sa t'wing ini-scan ko ang photo na pinadala mo sa'kin." Dagdag pa ng lalakeng-tinig sa kabilang linya.

"Sige Bud, thank you." Pagkasabi niyo'y agad na pinutol ni Cree ang linya ng tawag.

Matamlay akong umupo sa sofa at nagpakawala ng isang malalim na hininga. Agad kong natanggap sa aking sarili na wala na nga talaga si Aeryn.

"Bro, okay ka lang?" Tanong ni Cree.

"Oo naman, mag-club tayo mamaya." Pilit na ngiti kong baling sa kanya.

Bumuntong-hininga nalang ito, kapagkuwa'y kibit-balikat akong tinalikuran.

"Sa'n ka pupunta?" Pahabol kong tanong nang magmartsa ito patungo sa bungad ng pintuan.

"Bibili ng madaming gamot para sa atay ko." Aniya na hindi man lang lumingon sa akin, at dere-deretsong naglakad palabas sa aking cabin.

Nang tuluyang mawala sa aking paningin si Cree—bumuhos ang mga luhang kanina ko pa pinipigil pumatak. Inihilig ko ang aking ulo sa sofa at mariing pumikit.

It's been ten years since you left, pero bakit parang bago ng bago lagi ang sakit na nararamdaman ko sa t'wing naaalala kita...

Sobrang sakit, na halos mamanhid na ang buo kong katawan. Halos matuyuan na ako ng tubig sa walang tigil na pagbuhos ng aking mga luha.

Hanggang ngayon, nahihirapan parin akong tanggapin na wala kana—Aeryn.

Senyales na ba 'to upang kalimutan ka...

CONTINUATION IN BOOK 2
COMING SOON...

Support the Author!
REVIEW THIS BOOK ON GOODREADS.

Thank you! 🖤

ABOUT THE AUTHOR

I currently reside in South Korea, but my roots trace back to the Philippines, where I was born and raised. Writing has always been my passion, spanning across both fiction and non-fiction realms. Since childhood, I've been captivated by the power of storytelling, particularly those born from the depths of my imagination.

In May 2018, I took the leap to pursue my dream and began sharing my completed and ongoing stories on Wattpad. Initially plagued by self-doubt, I contemplated abandoning my writing journey. However, the unwavering support and readership from my Wattpad audience provided the encouragement I needed to press on. Their belief in my work reignited my determination, reminding me that I'd rather try to fail than live with the regret of not pursuing my passion.

Looking back, I achieved salutatory honors upon completing my primary education and received an award from the Department of Education, Culture, and Sports in Region V on March 28, 2001.

Despite not graduating from high school, it did not stop me from pursuing my passion for writing and watching my dreams transform into reality. To be honest, I hesitated to disclose my educational background due to financial constraints and lack of support at the time. However, I realized the importance of being true to myself and transparent with my readers.

I want to say to all those like me who didn't finish their education, don't lose hope. Just do the things that you know make you happy, be true to yourself, and the people around you. Because education is not the sole measure of being a good person or achieving success in life. Diligence and perseverance are what we need to pursue our dreams.

https://reareyes33.blogspot.com

https://www.instagram.com/reaswrite